सावित्रीबाई फुले पुणे विद्यापीठाच्या २०२३ पासून सुरू झालेल्या एम. ए.
अर्थशास्त्र (सार्वजनिक आयव्यय - II) (ECO-552 MJ) या विषयाच्या अभ्यासक्रमासाठी
व इतर विद्यापीठांच्या संबंधित अभ्यासक्रमासाठी उपयुक्त पुस्तक

एम.ए. अर्थशास्त्र
सार्वजनिक आयव्यय - २

(Public Finance - II)

(ECO-552 MJ)

M. A. - I (Sem. - II)

As per New Education Policy (2020)

प्रा. डॉ. राजेंद्र अ. रसाळ

प्रोफेसर व अर्थशास्त्र विभाग प्रमुख
सी.एस.एम. आर्टस् ॲण्ड कॉमर्स कॉलेज,
चाकण, जि. पुणे.

२०२४

SUCCESS PUBLICATIONS

प्रकाशक :
डॉ. राजेश पाटणे
सक्सेस पब्लिकेशन्स
राधाकृष्ण अपार्टमेंट, ५३५ शनिवार पेठ,
आप्पा बळवंत चौक, प्रभात टॉकिज समोर, पुणे ४११ ०३०
फोन नं : ०२०-२४४३४६६२
मोबा. - ९३२५३१५४६४

आवृत्ती
२०२४

संपादक
श्री. वाल्मिक गायकवाड

अक्षरजुळणी :
कु. वर्षा लोखंडे

मुखपृष्ठ :
कु. वर्षा लोखंडे

***ISBN NO.* - 978-81-19939-93-0**

प्रस्तावना

सावित्रीबाई फुले पुणे विद्यापीठाच्या एम.ए. या शैक्षणिक वर्षासाठीच्या अभ्यासक्रमात या वर्षापासून सुधारणा करण्यात आली आहे. नवीन शैक्षणिक धोरण २०20 ची अंमलबजावणी करण्यात आली आहे. अर्थशास्त्र (सार्वजनिक आयव्यय - II) (ECO-552 MJ) या पेपरच्या अभ्यासक्रमात करण्यात आलेल्या सुधारणांची ऑगस्ट २०२३ पासून अंमलबजावणी होत आहे. या सुधारित अभ्यासक्रमासाठी उपयुक्त असलेले पुस्तक आपल्या हाती देताना विशेष आनंद होत आहे. प्रस्तुत पुस्तकात सार्वजनिक आयव्ययाबाबत महत्त्वपूर्ण विवचेन करण्यात आले आहे. त्यामुळे या पुस्तकाचे स्वागत विद्यार्थी व प्राध्यापक करतील हा विश्वास आहे.

प्रस्तुत पुस्तकाच्या सुरूवातीला सार्वजनिक कर्जाचे स्त्रोत, सार्वजनिक कर्जाचा भार, तुटीचा अर्थभरणा, सार्वजनिक कर्ज व्यवस्थापन तत्त्वे आणि परतफेड याबाबत सविस्तर चर्चा करण्यात आली आहे. दुसऱ्या प्रकरणात राजकोषीय धोरणाची उद्दिष्टे, राजकोषीय आणि चलनविषयक धोरणांमधील परस्परावलंबित्व, अर्थसंकल्पीय तूट, राजकोषीय क्षेत्रात झालेल्या सुधारणा तसेच राजकोषीय उत्तरदायित्व आणि अर्थसंकल्प व्यवस्थापन कायदा २००३ याबाबत महत्त्वपूर्ण विवेचन करण्यात आले आहे. तिसऱ्या प्रकरणात राजकोषीय संघराज्यवाद, केंद्र आणि राज्यात कराची विभागणी, वित्त आयोग, निती आयोग, पंधराव्या वित्त आयोगाच्या शिफारसी, केंद्राकडून राज्यांमध्ये संसाधन स्थानांतर आणि भारतातील केंद्र व राज्य संबंध याबाबत माहिती देण्यात आली आहे. शेवटच्या प्रकरणात भारतीय कर व्यवस्थेची रचना, भारतातील प्रमुख कर, जीएसटीची ओळख, अर्थसंकल्प आणि सार्वजनिक खर्च व सार्वजनिक कर्जाच्या प्रवृत्ती या घटकांचा अभ्यास करण्यात आला आहे. एकूणच सार्वजनिक वित्तपुरवठ्यातील महत्त्वपूर्ण घटकांची माहिती पुरविणारे हे एक उपयुक्त पुस्तक आहे.

पुस्तक लेखनासाठी अनेक संदर्भ ग्रंथांची मदत झाली. पुस्तक लेखनाच्या बाबतीत महाविद्यालयाचे प्राचार्य, व्यवस्थापन सदस्य, सहकारी प्राध्यापक व प्राध्यापकेतर कर्मचारी, अभ्यासमंडळ सदस्य, विविध ग्रंथालयाचे ग्रंथपाल, विविध महाविद्यालयातील प्राध्यापक मित्र यांचे सहकार्य व प्रोत्साहन मिळाले. संदर्भ ग्रंथांच्या लेखकांसहीत इतर सर्वांविषयी मी कृतज्ञता व्यक्त करतो. तसेच पुस्तकाचे प्रकाशक डॉ. राजेश पाटणे व सौ. विद्या पाटणे आणि सक्सेस पब्लिकेशन मधील कर्मचारी वर्ग यांच्याविषयी देखील मी कृतज्ञता व्यक्त करतो.

प्रा. डॉ. राजेंद्र अ. रसाळ

Syllabus

M. A. - I (Sem. - II)

Economics (Public Finance - II) (ECO-552 MJ)

Unit	Contents	Lectures
1.	**Public Debt** **1.1** Sources of Public Debt **1.2** Burden of Public Debt **1.3** Deficit financing, Public Borrowings and Level of Prices **1.4** Causes of Increasing Public Debt **1.5** Principles of Public Debt Management and Repayment	14
2.	**Fiscal Policy** **2.1** Objectives of Fiscal Policy in Developed and Developing Countries **2.2** Interdependence between Fiscal and Monetary Policies **2.3** Budgetary deficits and its Implications. **2.4** Fiscal Sector Reforms in India **2.5** Fiscal Responsibility and Budget Management Act-2003.	14
3.	**Fiscal Federalism** **3.1** Fiscal Federalism in India- Meaning and Relevance; **3.2** Vertical and Horizontal Imbalance **3.3** Distribution of Tax in Centre and State **3.4** Constitutional provisions; Finance Commission and Planning Commission (NITI Ayog), Recommendation of 15th Finance Commission. **3.5** Resource transfer from Union to States - Criteria for Transfer of Resources **3.6** Centre-State Financial Relations in India and Conflict	16
4.	**Indian Public Finance** **4.1** Structure of Indian Tax System- Tax and Non-tax Revenue **4.2** Major Taxes in India - Direct and Indirect Taxes- Merits & Demerits **4.3** Reforms in Direct and Indirect Taxes, Introduction of GST, Union & State share in GST **4.4** Budget- Meaning and Components, Economic Classification of Budget, Balanced Budget Multiplier, Gender Budget- Concept, Objectives. **4.5** Trends of Public Expenditure and Public Debt.	16

❖ अनुक्रमणिका ❖

प्रकरण १

सार्वजनिक कर्ज
(Public Debt)

१.० प्रास्ताविक (Introduction) :

अलीकडील काळात सरकारच्या खर्चात मोठ्या प्रमाणात वाढ झाली आहे. कर आणि इतर नेहमीच्या स्त्रोतांद्वारे मिळालेल्या उत्पन्नातून हा खर्च भागविला जात नाही तेव्हा कर्जाच्या माध्यमातून साधनसामग्री उभी केली जाते. सरकार अंतर्गत व बाह्य स्त्रोतांद्वारे कर्ज उभारते. सरकारच्या कर्जात दिवसेंदिवस मोठ्या प्रमाणात वाढ होत आहे. सार्वजनिक कर्जात वाढ होण्यास अनेक कारणे जबाबदार आहेत. सार्वजनिक कर्जाचे उपभोग, उत्पादन, वाटणी, गुंतवणूक, साधनसामग्रीची वाटणी, किमती वगैरेंवर परिणाम होतात. सार्वजनिक कर्जाची परतफेड करण्यासाठी वेगवेगळ्या पद्धतींचा अवलंब केला जातो. प्रस्तुत प्रकरणात सार्वजनिक कर्जाचे स्त्रोत, सार्वजनिक कर्जाचा भार, तुटीचा अर्थभरणा, सार्वजनिक कर्ज घेणे आणि किमतीची पातळी, वाढत्या सार्वजनिक कर्जाची कारणे आणि सार्वजनिक कर्ज व्यवस्थापन आणि परतफेडीची तत्त्वे याविषयी माहिती दिली आहे.

१.१ सार्वजनिक कर्जाचे स्त्रोत (Sources of Public Debt) :

सार्वजनिक कर्ज म्हणजे सरकारने उभारलेले कर्ज होय. केंद्र सरकार, राज्य सरकारे व स्थानिक सरकारे यांच्याकडून घेतल्या जाणाऱ्या कर्जाला 'सार्वजनिक कर्ज' असे म्हणतात. सार्वजनिक कर्ज हे देशातील व विदेशातील व्यक्ती व संस्थांकडून घेतले जाते.

सार्वजनिक कर्ज हा सरकारच्या उत्पन्नाचा एक महत्त्वाचा स्त्रोत आहे. अलीकडील काळात सरकारच्या कार्याच्या व्याप्तीत वाढ झालेली आहे. त्यामुळे विविध देशांतील सार्वजनिक कर्जात वाढ झालेली आहे. सरकारने कमीतकमी कर्ज घ्यावे हा जुना दृष्टिकोन मागे पडला असून, मोठ्या प्रमाणावर वाढलेला सार्वजनिक खर्च भरून काढण्यासाठी सार्वजनिक कर्ज उभारणे आवश्यक झाले आहे.

सार्वजनिक कर्जाचे स्वरूप अधिक स्पष्ट होण्यासाठी त्याची खासगी कर्जाशी तुलना करणे योग्य ठरेल. दोन्हीही प्रकारचे कर्ज घेण्यामागील उद्देश सारखेच असतात. त्याचप्रमाणे व्यक्ती व सरकारला व्याजासहित कर्जाची परतफेड करावी लागते. मात्र, असे असले तरी या दोन्ही प्रकारात फरक आहे. सरकार कर्ज देण्यासंबंधी सक्ती करू शकते. सरकार घेतलेल्या कर्जाचा उपयोग समाजहितासाठी करते, तसेच सरकारची पत मोठी असल्याने सरकारला मोठ्या प्रमाणात कर्ज उभारता येते. सरकारच्या कर्जव्यवहारात गुप्तता नसते. सरकारला विदेशातूनही कर्ज मिळू शकते. तारण न ठेवताही कर्ज मिळू शकते. मात्र, या बाबी खासगी कर्जाच्या बाबतीत आढळत नाहीत.

सार्वजनिक कर्जाचे स्त्रोत (Sources of Public Debt) :

सरकार देशातील व्यक्ती व संस्था यांच्याकडून कर्ज घेते. तसेच परकीय सरकारे आणि अंतरराष्ट्रीय संस्थांकडूनही कर्ज घेते. प्रत्येक सरकारला कर्ज उभारणीसाठी अंतर्गत आणि बाह्य स्रोत उपलब्ध असतात. भारत सरकारने अंतर्गत आणि बाह्य अशा दोन्ही स्रोतांकडून कर्ज उभारले आहे. सार्वजनिक कर्जाच्या अंतर्गत आणि बाह्य स्रोतांची माहिती पुढे दिली आहे.

अ) अंतर्गत स्रोत (Internal Sources) :

सार्वजनिक कर्जाचे अंतर्गत स्रोत पुढीलप्रमाणे :

१) व्यक्ती आणि खासगी संस्था :

व्यक्ती आणि खासगी संस्था बाँड्स आणि ट्रेझरी बिलांसारख्या सिक्युरिटीज खरेदी करून सरकारला कर्ज पुरवतात. ते उपभोग कमी करून आणि निष्क्रिय पैशांमधून कर्ज उपलब्ध करतात. कर्जाचा हा स्रोत सामान्यपणे चलनवाढीचा दबाव आणत नाही कारण हे केवळ लोकांकडून सरकारकडे खरेदी शक्ती हस्तांतर असते आणि अधिक पैशाचा पुरवठा होत नाही.

२) वित्तीय संस्था :

व्यापारी बँकांव्यतिरिक्त भविष्य निर्वाह निधी, विमा कंपन्या, वित्त व गुंतवणूक कंपन्या, म्युच्युअल फंड इत्यादी वित्तीय संस्था सार्वजनिक कर्जाचे महत्त्वपूर्ण स्त्रोत आहेत. या संस्था सामान्यत: काही व्याज मिळवण्यासाठी रोख रक्कम कमी करणे, पैशांच्या सुरक्षिततेसाठी आणि रोखता राखण्यासाठी सरकारला कर्ज पुरवतात. सामान्यत: जेव्हा इतर व्यवहारात कर्ज मर्यादित असते तेव्हा अशा परिस्थितीत या संस्था सरकारी सिक्युरिटीजवर गुंतवणूक करण्यास प्राधान्य देतात. या स्रोताकडून कर्ज घेणे कदाचित चलनवाढकारक असू शकते कारण सरकारला कर्ज दिले नसते तर हा निधी खर्च झाला नसता.

३) व्यापारी बँका :

व्यापारी बँका अतिरिक्त राखीव निधीतून आणि पतनिर्मितीद्वारे सरकारला कर्ज पुरवतात. इतर वित्तीय संस्थांप्रमाणेच, व्यापारी बँकाही जेव्हा कर्जास पुरेशी मागणी नसते तेव्हा सरकारला कर्ज पुरवतात. व्यापारी बँकांकडून कर्ज घेण्यामुळे अर्थव्यवस्थेत पैशाचा पुरवठा वाढतो. त्यामुळे अर्थव्यवस्थेमध्ये चलनवाढीचा दबाव वाढण्याची शक्यता असते.

४) मध्यवर्ती बँक :

मध्यवर्ती बँक ही सरकारच्या दृष्टीने शेवटचा कर्जदाता (lender of the last resort) आहे. मध्यवर्ती बँक सरकारची चलनविषयक सत्ता म्हणून, त्याच्या राखीव निधीतून आणि सरकारी सिक्युरिटीजवर पत निर्माण करण्याद्वारे सरकारच्या वतीने सार्वजनिक कर्जाचे व्यवस्थापन करण्यास जबाबदार आहे. मध्यवर्ती बँकेकडून कर्ज घेतल्यास पत निर्मितीची शक्यता असते आणि त्यामुळे अर्थव्यवस्थेमध्ये पैशांचा अतिरिक्त पुरवठा होऊन चलनवाढ होते.

ब) बाह्य स्त्रोत (External Sources) :

सामान्यत: विकास प्रकल्पांना वित्तपुरवठा करण्यासाठी आणि व्यवहारतोल तूटीची समस्या सोडविण्यासाठी बाह्य स्त्रोतांकडून सार्वजनिक कर्ज घेतले जाते. स्त्रोत कोणतेही असले तरी बाह्य स्त्रोतांकडून कर्ज घेण्यामुळे किमान या स्त्रोतांकडून वित्तपुरवठा केलेल्या प्रकल्पांच्या गर्भवहन मुदतीपर्यंत (gestation period) चलनवाढीचा दबाव वाढण्याची शक्यता असते. सार्वजनिक कर्जाचे बाह्य स्त्रोत पुढीलप्रमाणे :

१) परकीय नागरिक आणि खासगी संस्था :

आंतरराष्ट्रीय वित्तीय बाजारात सिक्युरिटीज जारी करून (issuing) सरकार परकीय नागरिक आणि खासगी संस्था या स्त्रोताकडून कर्ज घेऊ शकते.

२) देणगी देणारी सरकारे :

सामान्यत: विकसित देशांचे सरकार विकसनशील देशांना परकीय मदत किंवा सहाय्य स्वरूपात विकास प्रकल्पांसाठी कर्ज उपलब्ध करतात.

३) आंतरराष्ट्रीय वित्तीय संस्था :

जागतिक बँक, आंतरराष्ट्रीय नाणेनिधी (IMF), युनायटेड नेशन्स कॅपिटल डेव्हलपमेंट फंड, आंतरराष्ट्रीय वित्त महामंडळ (International Finance Corporation), आशियाई विकास बँक (sian Development Bank) वगैरे आंतरराष्ट्रीय वित्तीय संस्था सरकारांना विकास प्रकल्पांसाठी वित्तपुरवठा करतात. तसेच व्यवहारतोलाच्या समस्येचे व्यवस्थापन करण्यासाठी कर्ज पुरवतात.

४) काही देशांचा निधी आणि व्यवसाय किंवा आर्थिक मंच :

सरकार काही देशांनी निर्माण केलेल्या निधीतून आणि सौदी, कुवैती आणि ओपेक फंड सारख्या व्यवसाय किंवा आर्थिक मंचांकडून कर्ज घेऊ शकतात.

सार्वजनिक कर्जाचे महत्त्व :

अलीकडील काळात सरकारच्या कार्याचा विस्तार होत आहे. सरकार प्रशासकीय कार्याबरोबरच विकासात्मक कार्येही पार पाडत आहे. त्यासाठी सरकार मोठ्या प्रमाणात खर्च करते. तसेच दिवसेंदिवस खर्चात वाढ होत आहे. अनेकदा सरकार कर्ज घेते. सार्वजनिक कर्ज अनेक दृष्टीने महत्त्वाचे आहे. सार्वजनिक कर्जाचे महत्त्व पुढीलप्रमाणे :

१) खर्च आणि कर महसूल मधील अंतर भरून काढणे :

सरकारला करापासून मिळणारा महसूल खर्चाच्या तुलनेत कमी पडतो तेव्हा असा जादा खर्च भरून काढण्यासाठी सार्वजनिक कर्जाचा आधार घ्यावा लागतो. सरकाच्या अर्थसंकल्पातील वाढती तूट हे भारतात सार्वजनिक कर्ज घेण्याचे मुख्य कारण आहे.

२) चलनवाढ नियंत्रण :

चलनवाढीच्या स्थितीत वाढत्या किमती आटोक्यात आणण्यास सार्वजनिक कर्जाची मदत होते. चलनवाढ नियंत्रणाच्या दृष्टीने सरकार जादा मागणीचा दबाव कमी करण्यासाठी ग्राहकांची खरेदी करण्याची शक्ती कमी करण्याचा प्रयत्न करते. करांप्रमाणेच सार्वजनिक कर्ज देखील लोकांच्या हातातून पैसे काढून घेते व खर्च करण्याजोग्या उत्पन्नात घट घडवून आणते. त्यामुळे चलनवाढ नियंत्रणाचे साधन म्हणून सार्वजनिक कर्जाचा वापर केला जातो.

३) मंदी नियंत्रण :

मंदीच्या परिस्थितीत आर्थिक व्यवहाराचा संकोच झालेला असतो. उत्पादन, रोजगर, किमती, मागणी, गुंतवणूक, नफा वगैरेत घट झालेली असते. मंदीच्या परिस्थितीत लोक गुंतवणूक करण्यास तयार होत नाहीत. या काळात लोकांना आपले पैसे गुंतवायचे नसतात. परिणामी, उत्पादन आणि रोजगाराची पातळी कुंठीत झालेली असते. अशा स्थितीत सरकार जनतेकडून कर्ज घेऊन विविध प्रकल्पांमध्ये गुंतवणूक करू शकते. त्यातून उत्पादन व रोजगार वाढीस मदत होऊन मंदीची स्थिती सुधाण्यास मदत होऊ शकते.

४) आर्थिक विकास :

भारतासारख्या अल्पविकसित देशात, सरकारला सातत्याने आर्थिक विकासात महत्त्वपूर्ण भूमिका बजावावी लागते. आर्थिक विकासासाठी पायाभूत सुविधात मोठ्या प्रमाणात वाढ करावी लागते. तसेच विकास प्रकल्प हाती घ्यावे लागतात. त्यासाठी मोठ्या प्रमाणात खर्च करावा लागतो. असा खर्च नेहमीच्या महसुलातून भागविता येत नाही. अशा वेळी सार्वजनिक कर्जाची मदत होते. भारतात सार्वजनिक कर्ज हे विकासाच्या योजनांना वित्तपुरवठा करण्याचा प्रमुख स्त्रोत आहे.

५) सामाजिक विकास :

आर्थिक विकासासाठीच्या प्रकल्पांबरोबरच सामाजिक विकासाठीही सरकारला पुढाकार घ्यावा लागतो. शिक्षण, आरोग्य सेवा इत्यादी सामाजिक विकासाच्या प्रकल्पांसाठी मोठ्या प्रमाणात निधीची तरतूद करावी लागते. शिक्षण आणि आरोग्य सेवांचा विस्तार करण्यासाठी सरकार मोठ्या प्रमाणात कर्ज उभारते. अशा सेवांच्या विकासाच्या बाबतीत सार्वजनिक कर्जाची भूमिका महत्त्वाची ठरते.

१.२ सार्वजनिक कर्जाचा भार (Burden of Public Debt) :

सनातनवाद्यांच्या मते खासगी कर्जाप्रमाणेच सार्वजनिक कर्ज हे समाजावर वास्तव भार लादते. त्यांच्या मते जर सरकारी खर्च कर आकारणीद्वारे भागविला तर सध्याची पिढीच भार सहन करते. परंतु जर सार्वजनिक कर्जातून सरकारी खर्चासाठी वित्तपुरवठा केला तर भावी पिढीवर भार पडतो सध्याची पिढी कर्ज वित्तपुरवठा करण्यासाठी बचत कपात करते आणि भविष्यासाठी भांडवली संसाधनांचा फार थोडा भाग सोडते तेव्हा भावी पिढीला त्रास होतो. यामुळे भावी पिढीची उत्पादक क्षमता कमी होते. दुसऱ्या बाजूला, जर सध्याची पिढी आपला उपभोग कमी करीत नसेल तर सार्वजनिक कर्जाचा बोजा भावी पिढीवर पडेल. असे मत डेव्हिड ह्यूम, ॲडम स्मिथ आणि डेव्हिड रिकार्डो यांनी मांडले आहे. सनातनवाद्यांच्या मते, सार्वजनिक कर्जासाठी अतिरिक्त कर आकारणीच्या रूपात खासगी क्षेत्राकडून सरकारकडे संसाधनांचे हस्तांतरण करणे आवश्यक आहे.

जे.एम. केन्स, हॅरिस, बुकानन, मसग्रेव आणि मोदीग्लियानी सारखे अर्थशास्त्रज्ञ हे कर्ज भाराच्या आधुनिक आवृत्तीचे मुख्य पुरस्कर्ते आहेत. आधुनिक अर्थशास्त्रज्ञांना सनातनावाद्यांचे विचार मान्य नाहीत. त्यांच्या मते सार्वजनिक कर्जाची मोठी रक्कम ही देयतेऐवजी राष्ट्रीय मालमत्ता आहे. सततचा तुटीचा खर्च हा देशांच्या आर्थिक विकासासाठी एक टॉनिक आहे.

भारतात आर्थिक विकास कार्यक्रम राबवित असताना देशातील सार्वजनिक कर्जात मोठ्या प्रमाणात वाढ होत आहे. अंतर्गत व बाह्य सार्वजनिक कर्जाचे प्रमाण मोठे आहे. विकासासाठीचा खर्च नेहमीच्या महसुलातून भागविता येणे शक्य होत नाही. सरकारकडून असा खर्च भागविण्यासाठी सार्वजनिक कर्जाचा पर्याय स्वीकारला जातो. भारतासारख्या विकसनशील देशात करात वाढ करण्याला मर्यादा पडते तेव्हा सरकारला सार्वजनिक कर्जावर अवलंबून राहावे लागते.

भारतातील सार्वजनिक कर्ज मोठ्या प्रमाणात वाढत असल्याने सार्वजनिक कर्जाच्या बाबतीत कमाल मर्यादा घालावी असा विचार पुढे येत आहे. मात्र, अशा प्रकारचा कायदा करण्यात आलेला नाही. वित्त मंत्रालयाने सार्वजनिक कर्जाच्या बाबतीत अशा प्रकारच्या मर्यादा घालण्याच्या विरोधी अनेक युक्तिवाद मांडले आहेत. सार्वजनिक कर्ज उभारणी ही योजनेतील खर्चासाठी किंवा सरकारच्या अर्थसंकल्पातील खर्च भागविण्यासाठी केली जाते. त्यामुळे संसदेचे आपोआपच या खर्चावर नियंत्रण येते. तसेच प्रत्यक्ष व्यवहारात अशा प्रकारची मर्यादा घालणे शक्य नाही. भारतात सार्वजनिक कर्जात मोठ्या प्रमाणात वाढ झालेली आहे.

अ) प्रत्यक्ष चलनी भार (Direct Money Burden):

सार्वजनिक कर्ज परतफेडीत सरकारने व्याज आणि मुद्दल रक्कम देणे यांचा समावेश आहे. सरकारला कर आकारणी करून आवश्यक संसाधने वाढवावी लागतात. सार्वजनिक कर्जाच्या प्रत्यक्ष चलनी भारात जनतेवर लादलेल्या कर भाराचा समावेश असतो आणि ते व्याज व मुद्दल या घटकांच्या पैसे देयकाच्या (money payments) बेरजेबरोबर असते. अंतर्गत कर्जाच्या बाबतीत प्रत्यक्ष चलनी भार पडत नाही. अंतर्गत कर्जाचा प्रत्यक्ष चलनी भार किंवा प्रत्यक्ष चलनी लाभ असत नाही. मात्र, बाह्य कर्जाच्या बाबतीत कर्जदार देशांकडून कर्जदाराला दिलेली रक्कम म्हणजे प्रत्यक्ष चलनी भार असतो.

ब) प्रत्यक्ष वास्तव भार (Direct Real Burden):

सार्वजनिक कर्जाचा प्रत्यक्ष वास्तव भार म्हणजे लोकांमध्ये कराचा भार आणि सार्वजनिक सिक्युरिटीजची (public securities) विभागणी होय. एका अर्थाने हा सार्वजनिक कर्जाची परतफेड करण्यासाठी आकारण्यात आलेल्या वाढीव कर आकारणीमुळे करदात्यांनी सहन केलेला त्याग आणि आर्थिक कल्याण तोटा होय.

क) अप्रत्यक्ष चलनी भार आणि वास्तव भार (Indirect Money Burden and Real Burden):

कर्ज सेवेच्या शुल्काची पूर्तता करण्यासाठी भारी कर आकारणी केल्यास करदात्यांची काम व बचत करण्याची इच्छा व क्षमता कमी होऊ शकते असा युक्तिवाद केला जातो. त्यामुळे उत्पादनावर परिणाम होऊ शकतो. मोठ्या कर्जाच्या शुल्कामुळे सरकारला आर्थिक विकासासाठी उपयोगी असा काही आवश्यक सामाजिक खर्च कमी करण्यास भाग पडते.

ड) अंतर्गत कर्जाचा भार (Burden of Internal Debt):

अंतर्गत कर्जाचा संपूर्ण समाजावर कोणताही लक्षणीय भार पडत नाही. कर्जावरील व्याज देणे आणि कर्जाच्या सर्व्हिसिंग आणि मुद्दल घटकाच्या पूर्तीसाठी वाढीव कर आकारणीत समाजाच्या एका गटाकडून दुसऱ्या गटाकडे खरेदी शक्ती हस्तांतरित होते. अंतर्गत कर्जाच्या बाबतीत पैसा देशांतर्गत बाजारातून बाहेर जात नाही. मात्र, जर कर्जदार (बॉन्ड धारक) आणि करदाते वेगवेगळ्या उत्पन्न स्तरातील असतील तर, समाजाच्या वेगवेगळ्या गटांमध्ये उत्पन्नाच्या विभागणीत बदल होऊ शकतो. मात्र, डाल्टन यांचे म्हणणे असे आहे की सार्वजनिक कर्जाच्या भाराचे अनुमान काढताना ज्या हेतूने कर्ज उभे केले आहे त्याचा विचार केला पाहिजे.

समजा सार्वजनिक कर्जातून उत्पादक कार्यासाठी गुंतवणूक निधी उभारला गेला तर त्यातून मिळणारा नफा कर्जफेड करण्यासाठी वापरला जाऊ शकतो. मात्र, युद्ध खर्च भागविण्यासाठी कर्ज उभारले तर वाढीव करआकारणीद्वारे त्या कर्जाची परतफेड करावी लागते. पहिल्या बाबतीत असा काही भार असत नाही. तर दुसऱ्या बाबतीत करदात्यांवर करआकारणीमुळे पडणाऱ्या भाराची करदात्यांना सार्वजनिक कर्जावरील व्याज स्वरूपात मिळणाऱ्या लाभामुळे भरपाई होईल असा युक्तिवाद केला जातो. मात्र, जर श्रीमंत लोक त्यांच्याकडे असलेल्या सार्वजनिक सिक्युरिटीजच्या प्रमाणात कमी कर देत असतील तर प्रत्यक्ष वास्तव भार असेल कारण सामान्यत: सार्वजनिक सिक्युरिटीज मुख्यत्वे श्रीमंत वर्गाकडे असतात.

प्रगतीशील करआकारणी श्रीमंतांना सार्वजनिक कर्ज धारण करण्यातून मिळणारा लाभ नाहीसा होईल एवढी प्रगतीशील नसते. व्यवहारात, कर्ज देण्यावरील भार वस्तूंवर मोठ्या प्रमाणात कर आकारण्याच्या स्वरूपात गरीब वर्गावर पडतो. त्यामुळे समाजावरील निव्वळ भार वाढतो. कधीकधी याचा काम आणि बचत करण्याची शक्ती व इच्छा आणि अर्थव्यवस्थेच्या उत्पादक क्षमतेवर विपरीत परिणाम होतो. उत्पादन आणि वितरणावर कोणताही विपरीत परिणाम होणार नाही अशा प्रकारे सार्वजनिक कर्जाची परतफेड करण्याची प्रक्रिया व्यवस्थापित केली जावी. त्यामुळेच असा निष्कर्ष काढला जाऊ शकतो की योजनाबद्ध आणि शास्त्रीयदृष्ट्या उपयोग न केल्यास अंतर्गत कर्ज सैद्धांतिकदृष्ट्या नसले तरी व्यावहारिकदृष्ट्या समाजावर भार लादू शकते. सद्य:स्थितीतील

सार्वजनिक कर्जाचा आकार भार निर्माण करणारा आहे की नाही हे समजण्यासाठी राष्ट्रीय उत्पन्न, सरकारी महसूल, सरकारी खर्च यासारख्या घटकांशी संबंध जोडून त्याचे मूल्यमापन करणे योग्य ठरते.

१) सार्वजनिक कर्ज व राष्ट्रीय उत्पन्न :

सार्वजनिक कर्जाच्या भाराचे परिक्षण करण्यासाठी सार्वजनिक कर्ज व राष्ट्रीय उत्पन्न यांचा विचार करायला पाहिजे. १९५०-५१ मध्ये भारतातील अंतर्गत सार्वजनिक कर्ज स्थूल राष्ट्रीय उत्पादनाच्या २२.०६ टक्के होते. तर २०१७-१८ मध्ये ते स्थूल राष्ट्रीय उत्पादनाच्या ३७.४ टक्के होते. २०१७-१८ मध्ये भारतातील अंतर्गत सार्वजनिक कर्ज ६४,०१,२७५ कोटी रुपये होते. जगातील इतर अनेक देशात अंतर्गत सार्वजनिक कर्जाचे स्थूल राष्ट्रीय उत्पन्नाशी असलेले प्रमाण जास्त आहे.

भारतातील सार्वजनिक कर्जाच्या वाढीचा दर हा राष्ट्रीय उत्पन्नातील वाढीच्या दरापेक्षा जास्त आहे. त्यामुळे कर्जाचा भार जास्त असल्याचे दिसते. भारताच्या बाबतीतील मुख्य समस्या ही सार्वजनिक कर्ज वाढीची नाही तर राष्ट्रीय उत्पन्नाच्या वाढीचा अल्पदर ही आहे.

२) अंतर्गत कर्जावरील व्याज आणि राष्ट्रीय उत्पन्न :

अर्थसंकल्पावरील वित्तीय भाराचे मापन वार्षिक व्याजाची रक्कम किती आहे त्याच्या आधारे केले जाते. व्याजाच्या रकमेचे राष्ट्रीय उत्पन्नाशी असलेले प्रमाण विचारात घेतले तर ते अर्थपूर्ण ठरते. व्याजाच्या रकमेचे राष्ट्रीय उत्पन्नाशी असलेले प्रमाण १९५०-५१ मध्ये ०.३५ टक्के होते. ते १९८०-८१ मध्ये २.३४ टक्के आणि १९८७-८८ मध्ये ४.१ टक्के झाले. याचाच अर्थ सार्वजनिक अंतर्गत कर्जाचा भार १९५०-५१ ते १९८७-८८ या काळात ०.३५ टक्क्यांवरून ४.१ टक्क्यांपर्यंत वाढला. २०१७-१८ मध्ये व्याज देणे रकमेचे स्थूल देशांतर्गत उत्पादनाशी असलेले प्रमाण ३.१ टक्के होते.

३) व्याज देणे रकमेचे कर महसुलाशी प्रमाण :

कर्जाचा कराच्या रुपात पडणारा भार करआकारणीत वाढ करण्यास कारणीभूत ठरतो. कर महसुलापैकी व्याज देण्यासाठी वापरला जाणारा भाग हा सार्वजनिक कर्जाच्या भाराच्या मूल्यनिर्धारणाचा महत्त्वाचा प्राचल (Parameter) आहे. १९५०-५१ मध्ये व्याज देणे रकमेचे कर महसुलाशी असलेले शेकडा प्रमाण ९.५ टक्के होते. हेच प्रमाण १९८०-८१ मध्ये २७.५ टक्के, १९८८-८९ मध्ये ४५ टक्के आणि २०१७-१८ मध्ये ४२.६ टक्के होते. याचाच अर्थ कर महसुलापैकी फार मोठी रक्कम सार्वजनिक कर्जावरील व्याज देण्यासाठी वापरली जाते. सार्वजनिक कर्जाच्या रूपातील साधनसामग्री अधिक उपयुक्त सार्वजनिक खर्चासाठी वापरली असती तर कर्जाचा भार फारसा जाणवला नसता.

४) व्याज देणे रकमेचे सार्वजनिक खर्चाशी प्रमाण :

व्याज देणे रकमेचे सार्वजनिक खर्चाशी असलेले प्रमाण हे कर्ज संधारण (Servicing) भाराचा निर्देशक आहे. १९५०-५१ मध्ये व्याज देणे रकमेचे महसुली खात्यावरील एकूण सार्वजनिक खर्चाशी असलेले शेकडा प्रमाण

९ टक्के होते. हेच प्रमाण १९८०-८१ मध्ये १८ टक्के, १९८८-८९ मध्ये २६.७७ टक्के आणि २०१७-१८ मध्ये २४.७ टक्के होते. व्याज देण्यासाठी वापरली जाणारी रक्कम हा एक प्रकारचा विकासेतर खर्च आहे. अशा प्रकारचा खर्च वाढत असेल तर तो सार्वजनिक कर्जाचा भार वाढत असल्याचे दर्शवितो.

५) सार्वजनिक कर्ज आणि मालमत्ता निर्मिती :

कोणत्याही अर्थव्यवस्थेवरील सार्वजनिक कर्जाचा भार हा कर्जाच्या रूपाने उभारलेला निधी कशा प्रकारे वापरला आहे यावर अवलंबून असतो. जर सार्वजनिक कर्जाचा वापर भांडवली खर्चासाठी किंवा सार्वजनिक प्रकल्पासाठी केला तर राष्ट्राच्या उत्पन्नात वाढ होऊन कर्जाची परतफेड करणे सोपे जाईल.

भारतात सार्वजनिक कर्जाद्वारे उभारलेला बहुतांश निधी हा सार्वजनिक क्षेत्रात मालमत्ता निर्माण करण्यासाठी वापरला गेलेला आहे. त्यामुळे सार्वजनिक कर्जाचे भारतीय अर्थव्यवस्थेवर फारसे दुष्परिणाम झालेले नाहीत. सार्वजनिक कर्ज हा फार मोठा भार असल्याचे समजले जात नाही.

इ) बाह्य कर्जाचा भार (Burden of External Debt) :

बाह्य कर्जे अंतर्गत कर्जापेक्षा अनेक बाबतीत भिन्न असतात. कर्जाच्या भाराच्या बाबतीत दोन्हींच्या बाबतीत काही समान वैशिष्ट्ये आहेत. अंतर्गत आणि बाह्य कर्जाच्या परतफेडीसाठी अतिरिक्त कर आकारणी करणे अत्यावश्यक असते.

बाह्य कर्जाचा अंतर्गत कर्जापेक्षा जास्त भार पडतो. अंतर्गत कर्जाच्या बाबतीत, देशाबाहेर संसाधानाचे हस्तांतरण होत नाही. व्याज खर्च आणि मुद्दल परतफेड देशाकडून संसाधने दुसऱ्या देशात हस्तांतरित करण्यास कारणीभूत ठरत नाही. यात केवळ समाजातील एका गटाकडून दुसऱ्या गटाकडे उत्पन्नाचे हस्तांतरण होतो. शिवाय, करदाता आणि व्याज स्वीकारणारे समान वर्गातील लोक असतात. बाह्य कर्जाच्या बाबतीत परकीय देशांकडे संसाधानाचे हस्तांतरण होते. व्याज खर्च आणि मुद्दलाची परतफेड करण्याद्वारे, संसाधने परदेशी कर्जदारांना हस्तांतरित केली जातात. त्यामुळे, परकीय कर्जावरील व्याज खर्चामुळे कर्जदार देशाचे निव्वळ उत्पन्न कमी होते. अंतर्गत कर्जाचा असा कोणताही दुष्परिणाम होत नाही. अंतर्गत कर्जापेक्षा बाह्य कर्जाचा भार अधिक असतो असे म्हणता येऊ शकते.

भारताचे बाह्य कर्ज हे मोठ्या प्रमाणात वाढत आहे. त्यामुळे बाह्य कर्जाच्या परतफेडीसाठी आणि त्यावरील व्याज देण्यासाठी मोठ्या प्रमाणात तरतूद करावी लागत आहे. २०१८-१९ मध्ये २,७९,२७१ कोटी रुपये होते. बाह्य कर्जाची परतफेड विदेशी चलनात करावी लागते. त्यामुळे बाह्य कर्जाच्या परतफेडीसाठी अर्थसंकल्पात अर्थमंत्र्यास परकीय चलनाच्या रकमेएवढी तरतूद करावी लागते. रुपयाचे इतर चलनात रूपांतर करावे लागल्याने व्यवहारतोलावर ताण पडतो. याचे कारण निर्यात वाढण्याचा फार मोठा भाग कर्ज फेडीसाठी वापरला जातो. सरकारचा फार मोठा महसूल बाह्य कर्ज संधारणासाठी वापरला गेल्यास सरकारला विकास कार्यक्रमाच्या गुंतवणुकीला कात्री लावावी लागते. भारतात आयातीला पर्यायी स्वरुपाच्या वस्तूचे उत्पादन वाढविण्याचा आणि निर्यातीत वाढ करण्याचा प्रयत्न केला जात आहे.

१.३ तुटीचा अर्थभरणा, सार्वजनिक कर्ज आणि किमतीची पातळी (Deficit financing, Public Borrowings and Level of Prices) :

तुटीचा अर्थभरणा, सार्वजनिक कर्ज आणि किमतीची पातळी याविषयी स्पष्टीकरण पुढे दिले आहे.

१.३.१ तुटीचा अर्थभरणा आणि किंमत पातळी :

जेव्हा सरकारचा खर्च सार्वजनिक उत्पन्नापेक्षा जास्त असतो तेव्हा सरकार अर्थसंकल्पातील तूट भरून काढण्यासाठी तुटीच्या अर्थभरण्याचा अवलंब करते.

डॉ. व्ही. के. आर. व्ही. राव यांच्या मते,

"तुटीचा अर्थभरणा म्हणजे सार्वजनिक उत्पन्न व सार्वजनिक खर्च यात जाणीवपूर्वक निर्माण केलेले अंतर किंवा अर्थसंकल्पीय तूट यासाठी वित्तव्यवस्था करणे असून, अशी वित्तव्यवस्था करण्याची पद्धती की ज्यामुळे राष्ट्रीय खर्च किंवा एकूण खर्च यात निव्वळ भर पडेल अशा कर्जउभारणी किंवा इतर प्रकारावर आधारलेली असते."

(*Dr. V. K. R. V. Rao defines deficit financing as "the financing of a deliberately created gap between public revenue and public expenditure or a budgetary deficit, the methods of financing resorted to bring borrowing or a type that results in a net addition to national outlay or aggregate expenditure."*)

भारतात 'तुटीचा अर्थभरणा' या संज्ञेचा अर्थ पुढीलप्रमाणे आहे :

"ज्यात रिझर्व्ह बँकेकडील रोख शिलकीचा वापर करून किंवा रिझर्व्ह बँकेकडून कर्ज घेऊन तूट भागविली जाते अशी सरकारची वित्तीय योजना म्हणजे तुटीचा अर्थभरणा होय."

(*The term 'deficit financing' means that financial scheme of the Government expenditure in which the deficit is met by utilising cash balances with the Reserve Bank or by taking loans from the Reserve Bank.*)

मध्यवर्ती बँकेकडून घेतलेले कर्ज, नवीन चलननिर्मिती आणि संचित शिलकी काढून घेणे या भारतात अर्थसंकल्पातील तूट भरून काढण्याच्या पद्धती आहेत.

अशा प्रकारे ज्याद्वारे अर्थसंकल्पीय तूट भरून काढली जाते असा मार्ग म्हणजे तुटीचा अर्थभरणा होय. दुसऱ्या शब्दात सांगावयाचे झाल्यास तुटीचा अर्थभरणा म्हणजे भारतीय रिझर्व्ह बँकेकडून नवीन पैसा निर्माण करून अर्थसंकल्पातील तूट भरून काढणे होय.

सरकार आपले कर्जरोखे भारतीय रिझर्व्ह बँकेकडे हस्तांतरित करते. या कर्जरोख्यांच्या आधारावर रिझर्व्ह बँकेस अधिक चलनी नोटा छापण्याचा अधिकार असतो व अशा नोटांचे सरकारच्या वतीने वाढलेला खर्च करून परिचलन (circulation) केले जाते. तुटीच्या अर्थभरण्याची ही प्रक्रिया पैशाची निर्मिती सूचित करते.

तुटीच्या अर्थभरण्याच्या तंत्राचा ऐतिहासिक उगम युद्ध वित्त (war finance) यात आहे. युद्धाच्या काळात युद्ध खर्चाच्या वाढत्या गरजा भागविण्यासाठी साधनसामग्रीवर अधिकार प्रस्थापित करण्यासाठी सरकारकडून तुटीच्या

अर्थभरण्याचा आश्रय घेतला जातो. १९३६ मध्ये केन्स यांनी मंदी दूर करण्यासाठी सरकारने तुटीचा खर्च करण्याची शिफारस केली होती. जेव्हा युद्ध खर्च भागविण्यासाठी तुटीच्या अर्थभरण्याचा अवलंब केला जातो तेव्हा तो अनुत्पादक खर्च ठरतो.

जेव्हा अल्पविकसित देशातील सरकारे आर्थिक वृद्धीस प्रोत्साहन देण्याची जबाबदारी घेतात तेव्हा सार्वजनिक क्षेत्राचा विस्तार करून खासगी गुंतवणुकीची कमतरता भरून काढावी लागते. या मुख्य कारणाने विकास हेतूसाठी तुटीच्या अर्थभरण्याचा आश्रय घेतला जातो. अशा देशात दारिद्र्य मोठ्या प्रमाणात असते. सरकारला मिळणारे उत्पन्न मर्यादित असते. आर्थिक वृद्धी घडवून आणण्यासाठी वित्तीय साधनसामग्री मर्यादित असल्याने तुटीच्या अर्थभरण्याचा अवलंब आवश्यक ठरतो.

भारतात पुढील तीन महत्त्वाच्या तंत्राच्या आधारे अर्थसंकल्पीय तूट भरून काढली जाते.

अ) भारतीय रिझर्व्ह बँकेकडून कर्ज घेणे.

ब) सरकारकडून संचित रोख शिल्लक काढून घेणे.

क) भारत सरकारने नवीन चलन काढणे किंवा प्रचालन.

विकसनशील देशात तुटीचा अर्थभरणा चलनवाढकारक किंवा किंमत पातळीत वाढ करणारा असतो. मात्र, विकसित देशात तसे नसते. विकसित देशात सरकार अर्थव्यवस्थेला चालना देण्यासाठी तुटीचा अर्थभरणा करते. तेथे संसाधने उपलब्ध असतात आणि तुटीच्या अर्थभरण्याद्वारे सरकारी गुंतवणूक वाढवून त्याचा वापर केला जातो. त्यामुळे उत्पादन, उत्पन्न व रोजगारात वाढ होते आणि चलनवाढीचा धोका रहात नाही. पैशाच्या पुरवठ्यात वाढ होऊन मागणी वाढल्याने वस्तूंच्या पुरवठ्यात समान वाढ होते आणि त्यामुळे किमत पातळीत कोणतीही वाढ होत नाही.

परंतु, जेव्हा विकसनशील अर्थव्यवस्थेत, आर्थिक विकासासाठी वित्तपुरवठा करण्यासाठी सरकार तुटीच्या अर्थभरण्याचा अवलंब करते तेव्हा त्याचे अर्थव्यवस्थेवर होणारे परिणाम अगदी वेगळे असतात. नव्याने निर्माण केलेल्या पैशांद्वारे वित्तपुरवठा केलेले सार्वजनिक खर्च ताबडतोब चलनी उत्पन्न निर्माण करते आणि अल्प राहणीमान व सर्वसाधारणपणे उच्च सीमांत उपभोग प्रवृत्ती यामुळे, वस्तू व सेवांची मागणी वाढते. मात्र, सार्वजनिक गुंतवणूक भांडवली वस्तूंवर असेल, तर उपभोग्य वस्तूंची वाढलेली मागणी पूर्ण होणार नाही आणि किंमती वाढतील.

जरी खर्च उपभोग्य वस्तूंच्या उत्पादनावर असला तरीही किंमती वाढू शकतात कारण चलनी उत्पन्न लगेच वाढते तर उपभोग्य वस्तूंच्या उत्पादनास वेळ लागतो आणि दरम्यानच्या काळात किंमती वाढतात. गुंतवणुकीत सातत्याने वाढ होत असली तरी (कर आकारणी, कर्ज आणि बाह्य सहाय्य यांद्वारे), त्यातील बहुतांश गुंतवणूक उत्पादन सुरु होण्यास दीर्घ कालावधी आवश्यक असलेल्या उद्योगांसाठी आणि मूलभूत पायाभूत सुविधा पुरवण्यासाठी वापरली जाते. प्रभावी मागणी असली तरी संसाधने बेकार राहतात. भांडवल, तांत्रिक कौशल्य, उद्योजकीय कौशल्ये इत्यादींचा अभाव अनेक बाबतीत विकसनशील अर्थव्यवस्थेत बेकारी किंवा संसाधनांच्या कमतरतेसाठी जबाबदार असतात. अशा परिस्थितीत, जेव्हा तुटीच्या अर्थभरण्याचा अवलंब केला जातो, तेव्हा चलनवाढीची परिस्थिती निर्माण होण्याची खात्री असते.

याशिवाय, विकसनशील अर्थव्यवस्थेमध्ये, आर्थिक विकासाच्या प्रक्रियेदरम्यान, गुणक परिणाम प्रक्रीयेद्वारे पैशाचा भ्रमणवेग वाढतो. हा घटक देखील चलनवाढकारक आहे कारण, प्रभावी मागणी पैशाच्या पुरवठ्यातील सुरुवातीच्या वाढीपेक्षा जास्त वाढते. तुटीच्या अर्थभरण्यामुळे व्यापारी बँकांच्या पतनिर्मितीला चालना मिळते कारण नवीन पैशांच्या निर्मितीमुळे त्यांची रोखता वाढते. हे असे दर्शविते की विकसनशील अर्थव्यवस्थेत एकूण चलन पुरवठा तुटीच्या अर्थभरण्यापेक्षा कितीतरी जास्त वाढतो, ज्यामुळे चलनवाढीची परिस्थिती आणखी गंभीर होते. तुटीच्या अर्थभरण्याचा वापर विस्तारात्मक असल्याने पैसा संख्या सिद्धांताच्या आधारावर देखील चलनवाढ होते.

१.३.२ सार्वजनिक कर्ज आणि किंमत पातळी :

सरकार पैशाच्या पुरवठ्याद्वारे आर्थिक व्यवहारावर परिणाम करते. जेव्हा सरकार लोकांकडून कर्ज उभारते तेव्हा पैसा लोकांकडून सरकारकडे येतो. त्यामुळे लोकांकडील पैशाची रक्कम व त्यांची खरेदीशक्ती कमी होते. त्याचा अर्थव्यवस्थेवर चलनघटकारक परिणाम घडून येतो. वस्तूची मागणी कमी होऊन किंमत पातळीत घट होते. अशा प्रकारे सार्वजनिक कर्ज चलनवाढविरोधी साधन म्हणून कार्य करते.

वाढत्या रोखतेद्वारे वित्तपुरवठा केलेले कर्ज किंमत पातळी वाढविण्यात कारणीभूत ठरते. असा युक्तिवाद केला जातो की कर वित्तपुरवठ्यातून कर्ज वित्तपुरवठ्याकडे वळल्यास अर्थव्यवस्थेत चलनवाढीची प्रवृत्ती निर्माण होईल. मोठी तूट आणि वाढत्या सरकारी कर्जामुळे मध्यवर्ती बँकेला कर्ज फेडण्याची क्षमता सुनिश्चित करण्यासाठी पैसे जारी करण्यास भाग पाडले जाऊ शकते, परिणामी चलनवाढ वाढेल.

१.४ वाढत्या सार्वजनिक कर्जाची कारणे (Causes of Increasing Public Debt) :

सार्वजनिक कर्जात वाढ होण्यास अनेक कारणे जबाबदार आहेत. जगातील अनेक देशात सार्वजनिक कर्जाचे प्रमाण मोठे आहे. आर्थिक विकास साध्य करण्यासाठी आणि लोककल्याणकारी अल्पविकसित देशातील सार्वजनिक खर्च वाढत आहे. असा खर्च भागविण्यासाठी मोठ्या प्रमाणात कर्ज घेतले जाते. भारताच्या संदर्भात वाढत्या सार्वजनिक कर्जाची कारणे पुढे स्पष्ट केली आहेत.

१) आर्थिक विकास :

नियोजन काळात आर्थिक व सामाजिक विकासाच्या बाबींवर मोठ्या प्रमाणावर खर्च करण्यात आला. मूलभूत व अवजड उद्योगांची उभारणी, जलसिंचन सुविधात वाढ, वाहतुकीत सुधारणा, आरोग्य व शिक्षणविषयक सुविधात वाढ या कारणासाठी मोठ्या प्रमाणावर खर्च करण्यात आला. करांपासून मिळणाऱ्या उत्पन्नातून हा खर्च भागविणे शक्य न झाल्याने मोठ्या प्रमाणावर कर्ज उभारले गेले.

२) संरक्षण खर्चात वाढ :

स्वातंत्र्योत्तर काळात पाकिस्तान व चीनबरोबरील युद्धे, दहशतवादी कारवाया यामुळे संरक्षणावर मोठ्या प्रमाणावर खर्च करण्यात आला व येत आहे. शेजारील देशांबरोबरील तणावाच्या संबंधामुळे संरक्षण सिद्धता महत्त्वाची बनली आहे. तसेच शस्त्रास्त्रे व इतर संरक्षण साहित्य खरेदीसाठी मोठ्या प्रमाणावर खर्च करावा लागत आहे. त्यामुळे संरक्षण खर्चात वाढ होऊन सार्वजनिक कर्जातही वाढ होत आहे.

३) चलनवाढीमुळे झालेली खर्चातील वाढ :

नियोजन काळात देशात सातत्याने वस्तूंच्या किमतीत वाढ होत आहे. मोठ्या प्रमाणावरील चलनवाढीमुळे सार्वजनिक क्षेत्रातील प्रकल्प व विविध योजनांवरील खर्च वाढत आहे. हा खर्च भरून काढण्यासाठी मोठ्या प्रमाणावर कर्ज उभारण्यात आले आहे.

४) कर्जावरील व्याजात वाढ :

नियोजन काळात सार्वजनिक कर्जात मोठ्या प्रमाणावर वाढ झाली आहे व त्याचबरोबर या कर्जावरील व्याजाच्या रकमेतही वाढ होत आहे. त्यामुळे कर्जफेडीसाठी व कर्जावरील व्याजाच्या रकमेची परतफेड करण्यासाठी कर्ज काढावे लागत असल्याने सार्वजनिक कर्जात मोठ्या प्रमाणावर वाढ झाली आहे.

५) नैसर्गिक व मानवी संकटे :

देशात नियोजन काळात युद्धासारख्या संकटांबरोबरच देशातील कोणत्या न कोणत्यातरी भागात सातत्याने पडणारे दुष्काळ, महापूर यांसारख्या संकटाचा मुकाबला करण्यासाठी सरकारला वेळोवेळी मोठ्या प्रमाणावर खर्च करावा लागलेला आहे. हा खर्च भरून काढण्यासाठी कर्जही मोठ्या प्रमाणावर उभारावे लागलेले दिसते.

६) सरकारी नोकरांच्या वेतनावरील वाढता खर्च :

नियोजन काळात सार्वजनिक क्षेत्राची व्याप्ती मोठ्या प्रमाणावर वाढली. त्याचबरोबर सार्वजनिक क्षेत्रात मोठ्या संख्येने नोकरभरतीही करण्यात आली. नोकरदारांच्या वेतनावरील खर्च सातत्याने वाढत गेल्याने सार्वजनिक कर्ज उभारणे सरकारला भाग पडले.

७) सरकारकडून होणारी पैशाची उधळपट्टी :

सार्वजनिक कर्जात वाढ होण्यास सरकारकडून होणारी पैशाची उधळपट्टीही जबाबदार आहे. सरकारी मंत्री, महामंडळाचे अध्यक्ष, बडे अधिकारी यांच्या राहण्यासाठी बंगले, वापरल्या जाणाऱ्या गाड्या, सुरक्षाव्यवस्था यावर प्रचंड पैसा खर्च होत आहे. त्यामुळे खर्च वाढून कर्जातही वाढ झालेली आहे.

८) लोककल्याणकारी योजनांवरील खर्चात वाढ :

स्वातंत्र्योत्तर काळात सरकारने देशातील गरीब, दुर्बल, मागासलेल्या घटकांसाठी अनेक रोजगारविषयक योजना सुरू केल्या. ग्रामीण विकासासाठी विविध योजना सुरू करून त्या राबविल्या जात आहेत. लोककल्याणकारी योजनावरील खर्चात वाढ झाल्याने सार्वजनिक कर्जात वाढ झालेली दिसते.

९) सामाजिक सोयी–सुविधांची उपलब्धता :

समाजातील लोकांचे जास्तीत जास्त कल्याण साधले जावे, यासाठी सरकारकडून मोठ्या प्रमाणावर सोयी–सुविधा पुरविल्या जात आहेत. आरोग्यविषयक सुविधा, मोफत शिक्षण, सामाजिक सुरक्षा योजना, अपघात विमा यासारख्या बाबींवरील खर्च वाढल्याने सरकारच्या खर्चात व सार्वजनिक कर्जात वाढ झाली आहे.

१०)इतर कारणे :

वरील कारणांव्यतिरिक्त इतरही अनेक कारणे भारतातील सार्वजनिक कर्ज वाढण्यास जबाबदार आहेत. यात वाढती आयात, शासकीय पातळीवरील भ्रष्टाचार, अनिवासी भारतीयांची गुंतवणूक, रुपयांचे अवमूल्यन वगैरे कारणांचा समावेश होतो.

अशा विविध कारणांमुळे भारतातील सार्वजनिक खर्चात नियोजन काळात सातत्याने वाढ झालेली दिसते.

१.५ सार्वजनिक कर्ज व्यवस्थापन तत्त्वे आणि परतफेड (Principles of Public Debt Management and Repayment) :

सार्वजनिक कर्ज व्यवस्थापन तत्त्वे आणि परतफेड याविषयी स्पष्टीकरण पुढे दिले आहे.

१.५.१ सार्वजनिक कर्ज व्यवस्थापनाची तत्त्वे (Principles of Public Debt Management) :

सार्वजनिक कर्ज व्यवस्थापनाची तत्त्वे पुढीलप्रमाणे आहेत.

१) सार्वजनिक कर्जाचा कमी व्याज खर्च :

कमी खर्चात कर्ज मिळविणे हे कर्ज व्यवस्थापनाचे उद्दिष्ट आहे. कर्जावरील व्याज (interest on debt servicing) किमान असावे. सार्वजनिक कर्ज सरकारला वर्तमान आणि भावी पिढ्यांवर अतिरिक्त भार टाकून कर वाढवण्यास भाग पाडते. सतत वाढत्या गरजा आणि वाढत्या सरकारी व्यवहारामुळे, कमी खर्चात मोठ्या प्रमाणात कर्ज मिळविणे आणि कर्ज व्यवस्थापन सोपे राहिलेले नाही.

तसेच, या उद्दिष्टाचा किंमत स्थिरतेच्या उद्दिष्टाशी संघर्ष आहे. बाजारातील कमी व्याज दर कायम ठेवल्याने एकूण मागणी वाढल्यामुळे चलनवाढीचा दबाव वाढू शकतो. प्रभावी कर्ज व्यवस्थापनासाठी अशा परस्परविरोधी उद्दिष्टांचा समेट आवश्यक आहे.

२) गुंतवणूकदारांच्या गरजा पूर्ण करणे :

प्रभावी कर्ज व्यवस्थापन धोरणाचे ध्येय विविध वर्गांच्या गुंतवणूकदारांच्या गरजा पूर्ण करणे हे असले पाहिजे. संरचना, कर्जाच्या अटी, दायित्व अनुसूची (structure, terms of debt, liability schedule) इत्यादींनी लोकसंख्येच्या मोठ्या भागाचे समाधान केले पाहिजे. कर्ज परतफेडीच्या विविध पद्धतींमध्ये संतुलन राखणे आवश्यक आहे. अतिरिक्त पैशांद्वारे केली जाणारी कर्जफेड चलनवाढीला कारणीभूत ठरू शकते, तर अतिरिक्त करांमुळे चलनघट होऊ शकते.

३) चलनविषयक, राजकोषीय धोरणे आणि सार्वजनिक कर्ज धोरण यात समन्वय :

अर्थव्यवस्थेचे योग्य आरोग्य सुनिश्चित करण्यात चलनविषयक, राजकोषीय धोरणे आणि सार्वजनिक कर्ज धोरण ही धोरणे महत्त्वपूर्ण भूमिका बजावतात. आर्थिक स्थैर्य राखण्यासाठी आणि आर्थिक विकासाला चालना देण्यासाठी सार्वजनिक कर्ज धोरणाचा चलनविषयक, राजकोषीय धोरणासह समन्वय आवश्यक आहे. आर्थिक स्थैर्य आणि आर्थिक वृद्धी सुनिश्चित करण्यासाठी तिघांनी एकत्रितपणे काम केले पाहिजे.

४) अल्प-मुदतीच्या आणि दीर्घ-मुदतीच्या कर्जासाठी निधी :

अल्प-मुदतीच्या आणि दीर्घकालीन कर्जाच्या निधीकरणासाठी (funding of short-term and long-term debt) व्याज दरात वाढ आवश्यक आहे. परंतु व्याज दर वाढल्याने गुंतवणुकीच्या वर्तनावर नकारात्मक परिणाम होऊन आर्थिक मंदी येऊ शकते. अशा प्रकारे, आर्थिक स्थैर्य सुनिश्चित करण्यासाठी निधीकरण व्यवहार काळजीपूर्वक केले पाहिजे.

१.५.२ सार्वजनिक कर्जाची परतफेड (Repayment of Public Debt) :

सरकारने घेतलेल्या कर्जाची वेळेत परतफेड होणे अनेक दृष्टीने महत्त्वाचे असते. कर्जाच्या परतफेडीमुळे सार्वजनिक कर्जाचा बोजा राहत नाही. कर्जाच्या परतफेडीमुळे देशाची पत राखली जाते. वेळेत कर्जाची परतफेड करणाऱ्या सरकारला आवश्यक तेव्हा कर्ज मिळविणे सोपे जाते. सार्वजनिक कर्जाची परतफेड करण्यासाठी वेगवेगळ्या पद्धतीचा अवलंब केला जातो. परतफेडीच्या महत्त्वाच्या पद्धती पुढीलप्रमाणे :

१) शिलकी अर्थसंकल्प :

शिलकी अर्थसंकल्पाद्वारे उपलब्ध महसूलाचा कर्जाच्या परतफेडीसाठी वापर करणे ही परतफेडीची जूनी पद्धती आहे. मात्र, अलीकडील काळात सरकारच्या खर्चात वेगाने वाढ होत असल्याने शिलकी अर्थसंकल्प ही दुर्मिळ बाब झालेली आहे. करात वाढ करण्याच्या बाबतीत आणि सार्वजनिक खर्चात कपात करण्याच्या बाबतीत असलेल्या मर्यादांमुळे शिलकी अर्थसंकल्प ही अवघड गोष्ट आहे. सार्वजनिक खर्चातील कपातीमुळे देशात चलनघटकारक स्थिती निर्माण होण्याची शक्यता असते.

२) कर्जनिवारण निधी :

कर्जनिवारण निधी (sinking fund) म्हणजे सरकारने कर्जाच्या परतफेडीसाठी उभारलेला निधी होय. कर्जनिवारण निधी ही कर्ज परतफेडीची महत्त्वाची पद्धती आहे. प्रत्येक वर्षी चालू महसूलातून काही रक्कम बाजूला काढून परतफेडीसाठी निधी उभारला जातो. बाजूला काढलेली रक्कम व त्यावरील व्याज यातून कर्जाची परतफेड होईल एवढी रक्कम बाजूला काढली जाते. सध्याच्या काळात सरकार असा निधी तयार करीत नाही आणि जरी केला तरी इतर कारणासाठी जेव्हा निधीची आवश्यकता असेल तेव्हा तो वापरला जातो.

३) लॉटरी पद्धती :

या पद्धतीनुसार विशिष्ट काळात मुदत समाप्त होणारे बाँड लॉटरी पद्धतीने निवडले जातात. लॉटरीच्या आधारे निवडल्या गेलेल्या बाँडधारकांना त्यांची रक्कम दिली जाते. उर्वरित बाँडधारकांना पुढील लॉटरीच्या वेळी सोडतीद्वारे निवड करून रक्कम दिली जाते. परतफेडीची ही पद्धती बाँडधारकांच्या बाबतीत अनिश्चितता निर्माण करते.

४) कर्जरुपांतर :

कर्जरुपांतर या परतफेडीच्या पद्धतीत जेव्हा बाजार व्याज दरात घट होते तेव्हा उच्च व्याज दर असलेल्या कर्जाचे रुपांतर कमी व्याज दराच्या नवीन कर्जात केले जाते. सरकार कमी व्याज दराने कर्ज घेऊन पूर्वीच्या जास्त व्याज दराच्या कर्जाची मुदतीपूर्वीच परतफेड करते. अशा रुपांतरणामुळे सरकारवरील व्याजाचा भार कमी होतो.

५) भांडवल लेव्ही :

समाजावर कमीतकमी वास्तव भार टाकणारी कर्ज परतफेडीची पद्धती म्हणून डाल्टन यांनी भांडवल लेव्हीची ठामपणे शिफारस केली आहे. भांडवल लेव्ही म्हणजे मालमत्ता व संपत्ती यावरील मोठ्या प्रमाणावरील कर होय. युद्ध किंवा आणीबाणीनंतर ताबडतोब भांडवली मालमत्तेवर वाढत्या दराने किंवा प्रगतीशील प्रमाणात भांडवल लेव्हीची आकारणी करून कर्जाचा मोठ्या प्रमाणावरील भार कमी केला जातो. भांडवल लेव्हीचा भार गरीबांवर पडत नाही तर तो उत्पादक, व्यावसायिक व सट्टेबाज यांच्यावर पडतो. भांडवल लेव्हीमुळे सरकारला युद्धकाळातील

कर्ज लवकर फेडणे शक्य होते. मात्र, भांडवली मालमत्तेवर लेव्ही आकारताना मालमत्तेचे मूल्यनिर्धारण करावे लागते व ते अवघड असते.

६) जादा करआकारणी :

कर्जाची परतफेड करण्यासाठी सरकार जादा करआकारणी करू शकते. सरकारला कर्जाची मुद्दल आणि व्याज देण्यासाठी आवश्यक उत्पन्न नवीन करआकारणी करून मिळविता येते. हा कर्ज परतफेडीचा सोपा उपाय आहे. या पद्धतीद्वारे साधनसामग्री करदात्याकडून बाँडधारकाकडे जावून उत्पन्नाची पुनर्वाटणी होते.

७) कर्जफेडीस नकार :

कर्जाच्या परतफेडीची आणखी एक पद्धती म्हणजे कर्जफेडीस नकार देणे ही आहे. सरकार कर्जफेडीस नकार देऊन कर्जफेड टाळू शकते. १९१७ मध्ये सोव्हिएत सरकारने झारने घेतलेल्या कर्जाची परतफेड करण्यास नकार दिला होता. अशा पद्धतीच्या वापरामुळे सरकारची विश्वासार्हता धोक्यात येते. बाह्य कर्जाच्या बाबतीत ही पद्धती वापरली जाते. सरकारने कर्जफेडीस नकार दिल्यास भविष्यात सरकारला नवीन कर्ज उभारणे अवघड होते.

अशा विविध पद्धतींचा वापर सार्वजनिक कर्जाच्या परतफेडीसाठी केला जातो. बाह्य कर्जाची परतफेड करण्यासाठी परकीय चलन मिळविणे आवश्यक असते. ते निर्यात वाढाव्याच्या आधारे मिळविता येऊ शकते. ज्या उद्योगातील उत्पादनाची निर्यात केली जाते अशा उद्योगात परकीय कर्जाची गुंतवणूक केली तर वस्तूंच्या निर्यातीद्वारे परकीय चलन मिळवून कर्जाची परतफेड करता येते. मात्र, परकीय कर्जाचा वापर अनुत्पादक कारणासाठी केला तर कर्जफेड करणे अवघड होते.

* * *

प्रश्न

प्र. १. खालील प्रश्नांची वीस शब्दात उत्तरे लिहा.

१) सार्वजनिक कर्ज म्हणजे काय ?
२) सार्वजनिक कर्जाचे अंतर्गत स्त्रोत कोणते ?
३) सार्वजनिक कर्जाचे बाह्य स्त्रोत कोणते ?
४) तुटीचा अर्थभरणा म्हणजे काय ?
५) कर्जनिवारण निधी म्हणजे काय ?
६) कर्जरुपांतर म्हणजे काय ?
७) भांडवल लेव्ही म्हणजे काय ?

प्र. २. खालील प्रश्नांची सविस्तर उत्तरे लिहा.

१) सार्वजनिक कर्जाचे स्त्रोत स्पष्ट करा.
२) सार्वजनिक कर्जाचा भार स्पष्ट करा.
३) तुटीचा अर्थभरणा, सार्वजनिक कर्ज घेणे आणि किमतीची पातळी यामधील संबंध स्पष्ट करा.
४) वाढत्या सार्वजनिक कर्जाची कारणे स्पष्ट करा.
५) सार्वजनिक कर्ज व्यवस्थापनाची तत्त्वे स्पष्ट करा.
६) सार्वजनिक कर्ज परतफेडीच्या पद्धती स्पष्ट करा.

प्रकरण २

राजकोषीय धोरण
(Fiscal Policy)

२.० प्रास्ताविक (Introduction) :

सरकारच्या कार्यात दिवसेंदिवस वेगाने वाढ होत आहे. सरकारकडून केल्या जाणाऱ्या खर्चाचा एकूण खर्चातील वाटा मोठा आहे. सरकार अनेक सामाजिक सुरक्षिततेच्या व कल्याणकारी योजना राबवित आहे. रेल्वे व इतर सार्वजनिक उपयोगितांच्या सेवा सरकार पुरवित आहे. सरकार कर व इतर मार्गांनी मिळालेल्या उत्पन्नाच्या आधारे खर्च करते. उत्पन्नापेक्षा खर्च जास्त असेल तर कर्जही उभारते. आवश्यकतेनुसार तुटीचा अर्थभरणाही करते.

सार्वजनिक आयव्ययाच्या पद्धतीचा आर्थिक जीवनावर परिणाम होतो आणि त्यामुळेच अपेक्षित सामाजिक व आर्थिक बदल घडवून आणण्याच्या बाबतीत त्याचा वापर करता येतो. प्रस्तुत प्रकरणात विकसित आणि विकसनशील देशांमधील राजकोषीय धोरणाची उद्दिष्टे, राजकोषीय आणि चलनविषयक धोरणांमधील परस्परावलंबित्व, अर्थसंकल्पीय तूट आणि त्याचे ध्वनितार्थ, भारतातील राजकोषीय क्षेत्रातील सुधारणा आणि राजकोषीय उत्तरदायित्व व अर्थसंकल्प व्यवस्थापन कायदा २००३ याविषयी माहिती दिली आहे.

२.१ विकसित आणि विकसनशील देशांमधील राजकोषीय धोरणाची उद्दिष्टे (Objectives of Fiscal Policy in Developed and Developing Countries) :

आज अर्थव्यवस्थेतील सरकारच्या हस्तक्षेपाचे राजकोषीय धोरण हे अतिशय महत्त्वाचे साधन आहे. पूर्ण रोजगार व किंमत स्थैर्य प्रस्थापित करणे व ते टिकविणे, याबाबतीत जाणीवपूर्वक राजकोषीय धोरणाचा अवलंब केला जातो.

राजकोषीय धोरण या संज्ञेचा अर्थ स्पष्ट होण्यासाठी या संज्ञेच्या व्याख्या अभ्यासता येतील. काही व्याख्या पुढीलप्रमाणे :

१) आर्थर स्मिथीज :

''ज्यात सरकारकडून आपल्या खर्च व महसूल कार्यक्रमाचा उपयोग राष्ट्रीय उत्पन्न, उत्पादन आणि रोजगार यावर इष्ट परिणाम घडवून आणणे व अनिष्ट परिणाम टाळणे यासाठी केला जातो त्या धोरणास राजकोषीय धोरण म्हटले जाते.''

("The term fiscal policy refers to a policy under which a government uses its expenditure and revenue programmes to produce desirable effects and avoid undesirable effects on national income, production and employment" - Arther Smithies)

२) फ्रेड आर. ग्लाहे :

''अर्थव्यवस्थेत पूर्ण रोजगाराची पातळी गाठण्यासाठी सरकारी खर्च व कर आकारणीचे विनिमयन म्हणजे राजकोषीय धोरण होय.''

(According to Fred R. Glahe, by fiscal policy is meant the regulation of the level of government expenditure and taxation to achieve full employment in the economy).

३) ओट्टो एकस्टिन :

''पूर्ण रोजगार व किंमत स्थैर्य हे अल्पकालीन ध्येय असलेले कर व खर्च यातील बदल म्हणजे राजकोषीय धोरण होय.''

(Otto Eckstein defines fiscal policy as "changes in taxes and expenditures which aim at short-run goals of full employment and price stability.")

वरील व्याख्यांवरून पुढील बाबी स्पष्ट होतात.

१) राजकोषीय धोरणाचा संबंध सरकारच्या उत्पन्न व खर्चाशी आहे.

२) सरकारी खर्च, कर व कर्जउभारणी यातील बदलाद्वारे हे धोरण राबविले जाते.

३) राष्ट्रीय उत्पन्न, उत्पादन व रोजगार यावर इष्ट परिणाम घडवून आणण्याचा प्रयत्न राजकोषीय धोरणाद्वारे केला जातो.

राजकोषीय धोरणाची साधने :

राजकोषीय धोरणाची साधने पुढीलप्रमाणे आहेत.

१) कर आकारणी (Taxation) :

राजकोषीय धोरणाची उद्दिष्टे साध्य करण्यासाठी या धोरणाची जी साधने वापरली जातात, त्यातील प्रमुख साधन म्हणजे कर आकारणी हे होय. उपभोगात कपात करून सार्वजनिक क्षेत्रातील गुंतवणुकीसाठी साधनसामग्री उपलब्ध करून देणे आणि लोकांना अधिक काम करण्यास प्रोत्साहन देणे कर आकारणीद्वारे शक्य होते. ज्या वस्तूंचा उपभोग लोकांनी घेऊ नये असे वाटते त्या वस्तूंच्या उपभोगाला आळा घालणे करांमुळे शक्य होते.

सामाजिकदृष्ट्या योग्य असे वळण गुंतवणुकीला देण्याचे कार्य कर करतात. प्रगतिशील कर आकारणीद्वारे उत्पन्न व संपत्तीच्या वाटपातील विषमता कमी करता येते.

२) सार्वजनिक खर्च (Public Expenditure) :

देशात आर्थिक विकासाच्या प्रक्रियेत सरकारला सहभाग घ्यावा लागतो. कर आकारणी व इतर मार्गांनी उपलब्ध झालेला पैसा सरकार खर्च करते. स्थानिक, घटक राज्य व केंद्र सरकारकडून केला जाणारा खर्च म्हणजे सार्वजनिक खर्च होय. सार्वजनिक खर्च हे राजकोषीय धोरणाचे महत्त्वाचे साधन आहे. करआकारणीद्वारे श्रीमंतांकडून उभारलेला पैसा सार्वजनिक खर्चाच्या माध्यमातून समाजातील गरीब गटातील लोकांसाठी खर्च करून उत्पन्न व संपत्तीच्या वाटपातील विषमता कमी करता येते. अर्थव्यवस्थेत आर्थिक मंदी असेल, तर या मंदीच्या परिस्थितीतून बाहेर पडण्यास सार्वजनिक खर्चाचा उपयोग होतो.

३) सार्वजनिक कर्ज (Public Debt) :

सरकारला आपल्या नेहमीच्या उत्पन्नातून आपला खर्च भागविता येत नसेल, तर सरकार कर्ज उभारते. सार्वजनिक कर्ज म्हणजे सरकारकडून उभारण्यात येणारे कर्ज होय. देशातील व्यक्ती व संस्था यांच्याकडून सरकारने उभारलेले कर्ज म्हणजे अंतर्गत कर्ज होय. विदेशातील व्यक्ती, संस्था, सरकारे आणि आंतरराष्ट्रीय संस्थांकडून सरकारने घेतलेले कर्ज म्हणजे बाह्य किंवा परकीय कर्ज होय. तेजीच्या परिस्थितीत कर्ज उभारून व मंदीच्या परिस्थितीत कर्जफेड करून आर्थिक स्थैर्य प्रस्थापित करण्याचा प्रयत्न केला जातो. आर्थिक वृद्धी घडवून आणण्यासाठी आवश्यक असलेली गुंतवणूक करण्यासाठी सार्वजनिक कर्जाद्वारे साधनसामग्री उपलब्ध होते. कर आकारणी करण्याला मर्यादा पडतात तेव्हा कर्जउभारणीच्या मार्गाचा अवलंब केला जातो.

विकसित आणि विकसनशील देशांमधील राजकोषीय धोरणाची उद्दिष्टे पुढे दिली आहेत.

२.१.१ विकसित देशांमधील राजकोषीय धोरणाची उद्दिष्टे :

उच्च दर्जाचे जीवनमान, उच्च स्थूल देशांतर्गत उत्पादन, उच्च बाल कल्याण, उत्कृष्ट आरोग्य सेवा, वाहतूक, दळणवळण व शैक्षणिक सुविधा, उत्तम गृहनिर्माण व राहणीमान, औद्योगिक, पायाभूत व तंत्रज्ञानातील प्रगती, उच्च दरडोई उत्पन्न आणि चांगले आयुर्मान असलेले देश विकसित देश म्हणून ओळखले जातात. इतर देशांच्या तुलनेत ज्यांच्या अर्थव्यवस्थेने उच्च प्रगती केली आहे आणि ज्यांच्याकडे मोठ्या प्रमाणात तंत्रज्ञानविषयक सुविधा उपलब्ध आहेत अशा सर्वोच्च देशांना विकसित देश म्हणतात. मानवी विकास निर्देशांक (HDI) आकडेवारी देशांची विकासाच्या आधारावर क्रमवारी लावते. विकसीत देश हे असे देश आहेत जे अर्थव्यवस्था व औद्योगिकीकरणाच्या दृष्टीने विकसित आहेत. ऑस्ट्रेलिया, कॅनडा, फ्रान्स, जर्मनी, इटली, जपान, नॉर्वे, स्वीडन, स्वित्झर्लंड, युनायटेड स्टेट्स ही विकसित देशांची काही नावे आहेत. विकसित देशातील राजकोषीय धोरणाची उद्दिष्टे पुढीलप्रमाणे आहेत.

१) आर्थिक स्थैर्य राखणे :

आर्थिक व्यवहारात होणारे चढउतार नियंत्रित करून आर्थिक स्थैर्य राखणे हे विकसित देशांमधील राजकोषीय धोरणाचे उद्दिष्ट आहे. आर्थिक व्यवहारातील चढउतार साध्य केलेला वृद्धीचा दर टिकविण्यात अडथळा आणू शकतात. ते टाळण्यासाठी आर्थिक स्थैर्य राखणे हे उद्दिष्ट महत्त्वाचे आहे.

२) पूर्ण रोजगाराची स्थिती राखणे :

विकसित देशात पूर्ण रोजगार साध्य केलेला असतो. साध्य केलेली पूर्ण रोजगाराची स्थिती राखणे हे विकसित देशांमधील राजकोषीय धोरणाचे उद्दिष्ट आहे.

३) वृद्धी दर स्थिर ठेवणे:

विकसित देशांनी आर्थिक वृद्धी साध्य केलेली असते. अशा देशांना आर्थिक वृद्धी साध्य करणे नाही तर वृद्धी दर स्थिर ठेवण्यासाठी प्रयत्न करावे लागतात. विकसित देशात वृद्धी दर स्थिर ठेवणे हे राजकोषीय धोरणाचे उद्दिष्ट आहे.

२.१.२ विकसनशील देशांमधील राजकोषीय धोरणाची उद्दिष्टे :

कमी दरडोई उत्पन्नासह औद्योगिक विकासाच्या सुरुवातीच्या पातळीवर असणारे देश विकसनशील देश म्हणून ओळखले जातात. ते अल्प विकसित देश म्हणून देखील ओळखले जातात. अशा देशात निकृष्ट पायाभूत सुविधा, अल्प वृद्धी दर, असंतुलित अर्थव्यवस्था आणि अत्यंत कमी वैयक्तिक उत्पन्न असते. या देशांमध्ये कृषी किंवा खनिज स्त्रोतांपासूनच्या उत्पादनावर प्रचंड अवलंबून राहण्यापासून वाचण्यासाठी आवश्यक कौशल्ये आणि संसाधनांचा अभाव असतो.

विकसनशील देश हे देशभरातील उद्योग स्थापनेत विकसीत देशांवर अवलंबून असतात. अशा देशाचा मानव विकास निर्देशांक अल्प असतो. अशा देशात स्थूल देशांतर्गत उत्पादन कमी असते. निरक्षरता दर उच्च असतो. दर्जेदार शैक्षणिक, वाहतूक, दळणवळण आणि वैद्यकीय सुविधांची कमतरता असते. उत्पन्नाचे वितरण असमान असते. मृत्यू दर आणि जन्म दर जास्त असतो. बेकारी व दारिद्र्य यांचे प्रमाण जास्त असते. भारत, श्रीलंका, पाकिस्तान, केनिया, थायलंड ही विकसनशील देशांची काही नावे आहेत. विकसनशील देशात राजकोषीय धोरणाची भूमिका अतिशय महत्त्वाची आहे. विकसनशील देशांमधील राजकोषीय धोरणाची उद्दिष्टे पुढीलप्रमाणे आहेत.

१) पूर्ण रोजगार :

विकसनशील देशांमधील राजकोषीय धोरणाचे पहिले आणि प्रमुख उद्दिष्ट म्हणजे देशात पूर्ण रोजगार साध्य करणे आणि कायम ठेवणे. अशा देशांमध्ये, जरी पूर्ण रोजगार प्राप्त झाला नाही तरी, बेकारी टाळणे आणि जवळपास पूर्ण रोजगाराची स्थिती प्राप्त करणे हे मुख्य सूत्र आहे. त्यामुळे बेकारी आणि न्यून रोजगार (under-employment) कमी करण्यासाठी राज्याने सामाजिक आणि आर्थिक सुविधांवर पुरेसा खर्च केला पाहिजे. या खर्चामुळे रोजगाराच्या अधिक संधी निर्माण होतील आणि अर्थव्यवस्थेची उत्पादक कार्यक्षमता वाढेल.

अशा प्रकारे, आधुनिक राज्यात सार्वजनिक खर्च आणि सार्वजनिक क्षेत्रातील गुंतवणूक यांची विशेष भूमिका आहे. योग्यरित्या नियोजित गुंतवणूक केवळ उत्पन्न, उत्पादन आणि रोजगार यातच वाढ करीत नाही तर गुणक प्रक्रियेद्वारे प्रभावी मागणी देखील वाढवते आणि अर्थव्यवस्था पूर्ण रोजगाराच्या दिशेने आपोआप जाते. सार्वजनिक गुंतवणुकीबरोबरच, कर कपात, सवलती, स्वस्त कर्जे, अनुदाने इत्यादींद्वारे खासगी गुंतवणुकीला प्रोत्साहन दिले जाऊ शकते. ग्रामीण भागात देशांतर्गत उद्योगांना प्रशिक्षण, स्वस्त वित्तपुरवठा, सामग्री (equipment) आणि विपणन सुविधा देऊन प्रोत्साहन देण्याचा प्रयत्न केला जाऊ शकतो. या सर्व उपायांवरील खर्च बेकारी आणि

न्यून रोजगार निर्मूलन होण्यास मदत करतो. या संदर्भात, अर्थव्यवस्थेत पूर्ण रोजगार साध्य करण्यासाठी प्रा. केन्स यांनी सार्वजनिक गुंतवणुकीद्वारे खासगी गुंतवणुकीतील कमतरता भरून काढणे, अधिकाधिक खासगी उद्योजकांना आकर्षित करण्यासाठी स्वस्त पैसा धोरण किंवा कमी व्याज दर वगैरे शिफारसी केल्या.

२) किंमत स्थैर्य :

आर्थिक वृद्धी आणि स्थैर्य ही विकसनशील किंवा अल्पविकसित देशांसाठी संयुक्त उद्दिष्टे असल्याचे सर्वसाधारण मतैक्य आहे. विकसनशील देशात आर्थिक अस्थैर्य चलनवाढीच्या रूपाने प्रकट होते. प्रा. नर्क्स यांचा असा विश्वास होता की, गुंतवणुकीच्या प्रक्रियेत चलनवाढीचा दबाव स्वाभाविक असतो पण त्याला रोखण्याचा मार्ग म्हणजे गुंतवणूक थांबवणे नव्हे. चलनवाढ इतर विविध मार्गांनी नियंत्रित केली जाऊ शकते. प्रभावी राजकोषीय धोरणाद्वारे ती नियंत्रित केली जाऊ शकते.

विकसनशील देशांमध्ये, चलनवाढ ही कायमस्वरूपी घटना आहे, जिथे सार्वजनिक खर्चाच्या वाढत्या प्रवृत्तीमुळे किंमती वाढण्याची प्रवृत्ती असते. उत्पन्नात वाढ झाल्यामुळे, एकूण मागणी एकूण पुरवठ्यापेक्षा अधिक असते. भांडवली वस्तू आणि उपभोग्य वस्तू वाढत्या उत्पन्नाशी ताळमेळ राखण्यात अपयशी ठरतात. त्यामुळे चलनवाढकारक अंतर निर्माण होते. मागणीतील वाढीमुळे घडून आलेली चलनवाढ उत्पादन खर्चातील वाढीमुळे आणखी वाढते. किंमती वाढल्याने अधिक वेतनाची मागणी वाढते. हे पुढे वारंवार वेतन–किंमत वाढीस कारणीभूत ठरते. जर ही परिस्थिती प्रभावीपणे नियंत्रित केली गेली नाही तर त्याचे रूपांतर सुसाट चलनवाढीत होऊ शकते.

थोडक्यात, अर्थव्यवस्थेच्या विविध क्षेत्रांमध्ये असमतोल निर्माण करणारे अडथळे आणि संरचनात्मक ताठरता दूर करण्याचा राजकोषीय धोरणाने प्रयत्न केला पाहिजे. तसेच, अर्थव्यवस्थेत जीवनावश्यक वस्तूंवरील भौतिक नियंत्रणे, सवलती, अर्थसहाय्य आणि संरक्षण प्रदान करणे हे मजबूत केले पाहिजे.

३) आर्थिक वृद्धीचा वेग वाढविणे :

आर्थिक वृद्धीचा वेग वाढविणे हे विकसनशील देशांमधील राजकोषीय धोरणाचे उद्दिष्ट आहे. परंतु अर्थव्यवस्थेत स्थिरता असल्याशिवाय उच्च आर्थिक वृद्धी दर गाठता येत नाही आणि राखता येत नाही. त्यामुळे, कर आकारणी, सार्वजनिक कर्ज आणि तुटीचा अर्थभरणा इत्यादीसारख्या राजकोषीय उपायांचा योग्य वापर केला पाहिजे, जेणेकरून उत्पादन, उपभोग आणि वितरणावर विपरीत परिणाम होणार नाही. त्यांनी संपूर्ण अर्थव्यवस्थेला चालना दिली पाहिजे, ज्यामुळे राष्ट्रीय उत्पन्न आणि दरडोई उत्पन्न वाढण्यास मदत होईल. या बाबतीत श्रीमती हिक्स यांच्या मताचा उल्लेख करणे महत्त्वाचे आहे, ज्यांनी असे निरीक्षण नोंदवले की, 'आता राजकोषीय धोरण सरकारचे स्थापित (established) आर्थिक कार्य म्हणून विकसित केले गेले आहे, प्रत्येक देश स्थैर्य आणि वृद्धीचे दुहेरी उद्दिष्टे साध्य करण्यासाठी सार्वजनिक आयव्यय सक्रीय करण्यास उत्सुक आहे. विस्ताराचा एक स्थिर दर अशा चढउतारांचा त्रास कमी करेल; यशस्वी पूर्ण रोजगार धोरण विकासासाठी अनुकूल वातावरण प्रदान करेल.'

४) संसाधनांची पर्याप्त वाटणी :

कर आकारणी आणि सार्वजनिक खर्च कार्यक्रम यासारख्या राजकोषीय उपायांचा विविध व्यवसाय आणि क्षेत्रांमधील संसाधनांच्या किंवा साधनसामग्रीच्या वाटणीवर मोठ्या प्रमाणात परिणाम होऊ शकतो. हे खरे आहे

की, विकसनशील देशांचे राष्ट्रीय उत्पन्न आणि दरडोई उत्पन्न खूपच कमी आहे. अर्थव्यवस्थेला गती देण्यासाठी, सरकार राजकोषीय उपाययोजनांद्वारे सामाजिक पायाभूत सुविधांच्या वाढीला चालना देऊ शकते. सार्वजनिक खर्च, अर्थसहाय्य आणि प्रोत्साहने इच्छित चॅनेलमधील संसाधनांच्या वाटणीवर अनुकूल प्रभाव टाकू शकतात. कर सूट आणि कर सवलती पसंतीच्या उद्योगांकडे संसाधने आकर्षित करण्यासाठी खूप मदत करू शकतात. याउलट, उच्च कर आकारणी विशिष्ट क्षेत्रातील संसाधने काढून घेऊ शकते.

सर्वात महत्त्वाचे म्हणजे, संसाधने किंवा साधनसामग्री संघटित करून कामी लावण्यासाठी आणि तसेच अर्थव्यवस्थेतील चलनवाढकारक प्रवृत्ती नियंत्रित करण्यासाठी उपभोग आणि सामाजिक अनुत्पादक गुंतवणुकीत प्रत्यक्ष कपात उपयुक्त ठरू शकते. कधीकधी, अल्पविकसित देशात काही सामाजिकदृष्ट्या इच्छित उद्योगांच्या वाढीसाठी संरक्षण धोरण हे एक उपयुक्त साधन आहे.

५) उत्पन्न आणि संपत्तीची न्याय्य वाटणी :

विकसनशील देशात उत्पन्न आणि संपत्तीच्या वाटणीत मोठ्या प्रमाणात विषमता दिसून येते. उत्पन्न आणि संपत्तीच्या वाटणीतील विषमता कमी करून न्याय्य वाटणी घडून आणणे हे विकसनशील देशातील राजकोषीय धोरणाचे एक उद्दिष्ट आहे. सामान्यतः वृद्धीच्या सुरुवातीच्या टप्प्यात संपत्तीमधील असमानता अशा देशांमध्ये टिकून राहते कारण ती काही हातांमध्ये केंद्रित असते. याचे कारण अर्थव्यवस्थेच्या संपूर्ण संरचनेवर खासगी मालकीचे वर्चस्व असते. याशिवाय, अत्यंत असमानता राजकीय आणि सामाजिक असंतोष निर्माण करते, ज्यामुळे आर्थिक अस्थिरता निर्माण होते. यासाठी समाजातील विविध घटकांच्या उत्पन्नातील तफावत भरून काढण्यासाठी सरकार योग्य राजकोषीय धोरण तयार करू शकते.

विषमता कमी करण्यासाठी आणि वितरणात्मक न्याय करण्यासाठी, सरकारने अशा उत्पादक माध्यमांमध्ये (channels) गुंतवणूक केली पाहिजे ज्याचा फायदा कमी उत्पन्न गटांना होईल आणि तसेच उत्पादकता व तंत्रज्ञान वाढविण्यात मदत होईल. पुनर्वितरणात्मक (redistributive) खर्चाने आर्थिक विकासास मदत केली पाहिजे आणि आर्थिक विकासाने पुनर्वितरणास मदत केली पाहिजे.

अशा प्रकारे, सुनियोजित राजकोषीय कार्यक्रम, सार्वजनिक खर्च मानवी भांडवलाच्या विकासास मदत करू शकतो, ज्यामुळे उत्पन्न वितरणावर सकारात्मक परिणाम होतो. मागासलेल्या प्रदेशांना प्रोत्साहन देऊन प्रादेशिक विषमता दूर केली जाऊ शकते. कर धोरण अत्यंत प्रगतीशील असले पाहिजे आणि त्याचा उद्देश श्रीमंतांवर फार मोठ्या प्रमाणात कर लादणे आणि समाजातील गरीब घटकांना करात सूट देणे हा असावा. त्याचप्रमाणे, उच्च उत्पन्न गटाद्वारे वापरल्या जाणाऱ्याल चैनीच्या वस्तूंवर भारी कर आकारला जाऊ शकतो.

६) आर्थिक स्थैर्य :

आर्थिक स्थैर्य राखणे हे विकसनशील देशांमधील राजकोषीय धोरणाचे एक उद्दिष्ट आहे. विकसनशील देशांमध्ये योग्य अंतर्गत आणि बाह्य आर्थिक स्थैर्य राखण्यात राजकोषीय धोरणाची भूमिका महत्त्वाची आहे. असे देश प्रामुख्याने प्राथमिक उत्पादनांची निर्यात करतात आणि यंत्रनिर्मित व भांडवली वस्तूंची आयात करतात. मात्र, आंतरराष्ट्रीय चक्रीय चढउतारांचे परिणाम कमी करण्यासाठी, राजकोषीय धोरणाकडे दीर्घ दृष्टीकोनातून पाहिले पाहिजे.

अर्थव्यवस्थेच्या सर्व क्षेत्रांमध्ये वैविध्य आणण्याचे उद्दिष्ट ठेवले पाहिजे. संतुलित वाढ आणण्यासाठी आणि चक्रीय चढउताराचे परिणाम कमी करण्यासाठी, मंदीत तुटीचा अर्थसंकल्प आणि चलनवाढीमध्ये शिलकी अर्थसंकल्प हे चक्र विरोधी राजकोषीय धोरण हा सर्वात योग्य उपाय आहे. मंदीच्या काळात, तुटीच्या अर्थाभरण्याद्वारे सार्वजनिक बांधकाम कार्यक्रम फलदायी परिणाम घडवून आणतो. यात शंका नाही की, अतिरिक्त खरेदीशक्तीची भर पडल्यामुळे चलनवाढीचा दबाव वाढेल ज्याला प्रतिबंधात्मक उपायांनी नियंत्रित केले जाऊ शकते.

७) भांडवल निर्मिती आणि वृद्धी :

देशाच्या कोणत्याही विकास कार्यात भांडवलास मध्यवर्ती स्थान असते आणि भांडवल निर्मितीच्या सर्वोच्च संभाव्य दराच्या वाढीसाठी राजकोषीय धोरण एक महत्त्वपूर्ण साधन म्हणून स्वीकारले जाऊ शकते. नव्याने विकसित होत असलेल्या अर्थव्यवस्थेत 'दारिद्र्याचे दुष्टचक्र' दिसून येते. 'दारिद्र्याचे दुष्टचक्र' मोडून काढण्यासाठी संतुलित वृद्धी आवश्यक आहे जी केवळ भांडवल निर्मितीच्या उच्च दरानेच शक्य आहे. एखादा देश मागासलेपणाच्या घट्ट पकडीतून बाहेर आला की तो गुंतवणुकीला चालना देतो आणि भांडवल निर्मितीला प्रोत्साहन देतो.

प्रा. राजा जे. चेलैया यांनी शिफारस केली आहे की, जलद आर्थिक विकास साधण्यानसाठी राजकोषीय धोरणाचे उद्देश (i) उपभोग नियंत्रित करून बचत आणि उत्पन्न गुणोत्तर वाढवणे, (ii) गुंतवणुकीचा दर वाढवणे, (iii) खर्चाच्या प्रवाहाला उत्पादक मार्गाने प्रोत्साहन देणे आणि (iv) उत्पन्न आणि संपत्तीतील स्पष्ट विषमता कमी करणे हे असावेत.

त्यासाठी, राजकोषीय धोरणाची आखणी अशा प्रकारे केली पाहिजे की ज्यामुळे सार्वजनिक आणि खासगी उद्योगांमधील गुंतवणूकीचा विस्तार होईल आणि संसाधने सामाजिकदृष्ट्या कमी इष्ट कडून अधिक इष्ट गुंतवणूक चॅनेलकडे वळवली जाईल. हे धोरण अर्थव्यवस्थेतील एकूण बचतीचा स्तर उंचावण्यास आणि त्यात गुणात्मक सुधारणा घडवून आणण्यासाठी भांडवल निर्माण करण्यास मदत करेल. भांडवल निर्मिती, कर आकारणी, अर्थसंकल्पीय तूट आणि परकीय कर्जाद्वारे देखील सुलभ केली जाऊ शकते. सरकारचे राजकोषीय उपाय खासगी उद्योजकांना किमान दीर्घ कालावधीत संसाधने किंवा साधनसामग्री संघटित करून कामी लावण्यासाठी सक्रिय सहभाग घेण्यास प्रवृत्त करू शकतात.

८) गुंतवणुकीस प्रोत्साहन देणे :

राजकोषीय धोरणाचे उद्दिष्ट सार्वजनिक तसेच अर्थव्यवस्थेतील खासगी क्षेत्रातील गुंतवणुकीच्या दराला गती देणे हे आहे. राजकोषीय धोरणाने प्रथमतः सार्वजनिक क्षेत्रातील गुंतवणुकीला प्रोत्साहन दिले पाहिजे, ज्यामुळे खासगी क्षेत्रातील गुंतवणुकीचे प्रमाण वाढेल. दुसऱ्या शब्दात सांगायचे तर, राजकोषीय धोरणाचे उद्दिष्ट जलद आर्थिक विकासाचे असले पाहिजे आणि समाजाच्या दृष्टिकोनातून सर्वात इष्ट मानल्या जाणाऱ्या माध्यमांमध्ये गुंतवणुकीला प्रोत्साहन दिले पाहिजे.

आर्थिक विकासाच्या सुरुवातीच्या टप्प्यात, सरकारने वाहतूक व दळणवळण, सिंचन, पूरनियंत्रण, वीज, बंदरे, तांत्रिक प्रशिक्षण, शिक्षण, रुग्णालय आणि शाळा सुविधा यासारख्या आर्थिक आणि सामाजिक सुविधा निर्माण करण्याचा प्रयत्न केला पाहिजे, जेणेकरून अर्थव्यवस्थेच्या औद्योगिक व कृषी क्षेत्रात गुंतवणूक करण्यास प्रवृत्त करण्यासाठी बाह्य बचती उपलब्ध होऊ शकतील. बाजाराचा आकार वाढवण्यासाठी आणि उत्पादन खर्च कमी करण्यासाठी या बचती उपयुक्त ठरतील.

२.२ राजकोषीय आणि चलनविषयक धोरणांमधील परस्परावलंबित्त्व (Interdependence between Fiscal and Monetary Policies) :

जेव्हा अर्थव्यवस्थेत मंदी आणि बेकारीची स्थिती असते तेव्हा या स्थितीतून अर्थव्यवस्थेला बाहेर काढण्यासाठी काही उपाययोजना करण्याची गरज असते. अशा स्थितीत आपले प्रमुख ध्येय रोजगाराच्या पातळीत वाढ करणे हे असते. ते दोन मार्गांनी साध्य करता येते. एक म्हणजे प्रत्यक्षपणे अधिक श्रमिकांना रोजगार उपलब्ध करून आणि दुसरे म्हणजे उत्पादकाला गुंतवणूक वाढविण्यास प्रोत्साहन देऊन बेकारीची समस्या सोडविण्याचा प्रयत्न केला जातो. पहिल्या उपायास राजकोषीय उपाय आणि दुसऱ्या उपायास चलनविषयक उपाय असे संबोधले जाते.

आर्थिक स्थैर्य प्रस्थापित करण्याच्या बाबतीत राजकोषीय धोरण आणि चलनविषयक धोरण हे एकमेकांना पर्यायी नाहीत तर पूरक आहेत. चलनविषयक धोरणाचे यश राजकोषीय धोरणावर अवलंबून असते. अर्थव्यवस्थेतील बेकारी दूर करण्यासाठी सार्वजनिक खर्चाच्या माध्यमातून रोजगार वाढविण्याचा प्रयत्न करण्याबरोबरच व्याज दरात घट करून गुंतवणूक वाढीला प्रोत्साहन देण्याची गरज असते.

बेकारीच्या परिस्थितीतून अर्थव्यवस्थेला बाहेर काढण्यासाठी चलनविषयक आणि राजकोषीय उपाय एकाचवेळी योजावे लागतात. बेकारी दूर करण्याच्या बाबतीत चलनविषयक उपायांपेक्षा राजकोषीय उपाय अधिक प्रभावशाली असतात.

तेजी आटोक्यात आणण्यासाठी चलनविषयक धोरण हे अधिक परिणामकारक ठरते. मात्र, अर्थव्यवस्थेला मंदीच्या परिस्थितीतून बाहेर काढण्यासाठी चलनविषयक धोरणाचा फारसा उपयोग होत नाही. फार पूर्वीपासून असे मानले जाते की, तेजी संपुष्टात आणण्यासाठी चलनविषयक व्यवस्थापन पुरेशा प्रमाणात पैशाचा पुरवठा कमी करू शकते. मात्र, मंदी संपुष्टात आणण्याची या धोरणात फारशी क्षमता नाही. चलनविषयक धोरण परिणामकारक ठरेल की नाही, हे त्या धोरणाचा वापर नेमक्या वेळी केला जातो की नाही यावर अवलंबून असते. जर या धोरणाचा वापर चटकन व सातत्यपूर्ण रितीने केला तर त्याचा उपयोग होऊ शकतो.

चलनविषयक धोरण हा स्थिरीकरण कार्यक्रमाचा आवश्यक भाग आहे. मात्र, अपेक्षित उद्दिष्ट साध्य करण्यासाठी हे एकमेव धोरण पुरेसे नाही. चलनविषयक धोरण हे आर्थिक स्थिरीकरणाचे साधन म्हणून वापरले जाते. ते अनेक बाबतीत राजकोषीय धोरणास पूरक ठरते. चलनविषयक धोरण हे लवचीक आहे. मात्र, राजकोषीय धोरणाबरोबर समन्वय साधून या धोरणाचा वापर केला पाहिजे. चुकीचे चलनविषयक धोरण धोकादायक आहेच, पण त्याचबरोबर ते राजकोषीय धोरणाची परिणामकारकता कमी करते. चलनविषयक धोरण व राजकोषीय धोरण हे एकमेकांना पूरक स्वरुपाचे आहेत.

२.३ अर्थसंकल्पीय तूट आणि त्याचे ध्वनितार्थ (Budgetary Deficits and its Implications) :

जेव्हा सरकारी खर्च कर आणि इतर स्त्रोतांकडून मिळणाऱ्या उत्पन्नापेक्षा जास्त असतो तेव्हा अर्थसंकल्पीय तूट उद्भवते. अर्थसंकल्पीय तूट म्हणजे सरकारच्या महसूल आणि भांडवली खात्यातील सर्व प्राप्ती आणि खर्चांमधील फरक होय.

अर्थसंकल्पीय तूट म्हणजे महसूल खात्यातील तूट आणि भांडवली खात्यातील तूट यांची बेरीज होय. जर सरकारचा महसुली खर्च महसुली प्राप्तीपेक्षा जास्त असेल तर त्याचा परिणाम महसूल खात्यात तूट निर्माण होते. त्याचप्रमाणे, सरकारचे भांडवली वितरण किंवा खर्च भांडवली प्राप्तीपेक्षा जास्त असल्यास, त्यामुळे भांडवली खात्यातील तूट वाढते. अर्थसंकल्पीय तूट सामान्यतः स्थूल देशांतर्गत उत्पादनाची टक्केवारी म्हणून व्यक्त केली जाते.

अर्थसंकल्पीय तूट–ध्वनितार्थ :

अर्थसंकल्पीय तूट नेहमीच आर्थिक आरोग्याची नकारात्मक सूचक नसते. अर्थसंकल्पीय तुटीचे काही ध्वनितार्थ पुढे दिले आहेत.

१) **एकूण मागणीत वाढ :**

अर्थसंकल्पीय तूट करांमध्ये घट आणि सरकारी खर्चात वाढ सूचित करते. त्यामुळे देशाच्या एकूण मागणीत वाढ होते आणि इतर परिस्थिती कायम असताना आर्थिक वृद्धी घडून येते.

२) **मंदीच्या काळात अर्थव्यवस्थेला चालना देते :**

मंदीच्या काळात, अर्थव्यवस्था कमी एकूण उपभोग आणि मागणीसह खासगी क्षेत्राकडून गुंतवणुकीच्या खर्चात घट अनुभवते. प्रभावीपणे खर्च करण्यासाठी उपाययोजना करून परिस्थितीचा सामना करण्यासाठी सरकार कर्ज घेऊन तूट भागवू शकते.

३) **सरकारी खर्चात वाढ :**

पायाभूत सुविधा, आरोग्यसेवा, मानवी भांडवल, बेरोजगारी लाभ, पेन्शन कार्यक्रम इत्यादींसह अनेक उद्देशांसाठी सरकारी खर्च होतो. एखाद्या देशाचे सरकार तुटीद्वारे आपल्या महसुलापेक्षा जास्त खर्च करू शकते.

४) **राजकोषीय धोरण :**

विस्तारित राजकोषीय धोरणासाठी अर्थसंकल्पीय तुटीचा वापर केला जाऊ शकतो. यात उत्पन्न आणि कंपनी कर कमी करणे आणि परकीय भांडवल आकर्षित करण्यासाठी आणि आर्थिक विकासाला चालना देण्यासाठी पायाभूत सुविधा व गुंतवणूकीवर सरकारी खर्च वाढवणे याचा समावेश होतो.

५) **भविष्यात जास्त कर :**

सातत्यपूर्ण अर्थसंकल्पीय तूट अनेकदा सूचित करते की सरकारला कर्ज फेडण्यासाठी भविष्यात कर वाढवावे लागतील कारण कर हा सरकारच्या महसुलाच्या प्राथमिक स्त्रोतांपैकी एक आहे.

६) **उच्च व्याज दर आणि बंधपत्र उत्पन्न :**

मोठ्या प्रमाणात कर्ज घेण्यासाठी, सरकार अनेकदा गुंतवणूकदारांना आणि त्यांना कर्ज देणाऱ्या आंतरराष्ट्रीय बँकांना जास्त व्याज दर देते. वाढत्या सरकारी कर्जामुळे उच्च व्याज दर व बंधपत्र उत्पन्न (bond yields) अनुभवास येते.

२.४ भारतातील राजकोषीय क्षेत्रातील सुधारणा (Fiscal Sector Reforms in India) :

१९९१ मध्ये सरकारने आर्थिक शिथिलीकरणाचा मार्ग स्विकारला आणि त्याद्वारे परकीय गुंतवणूक व व्यापारासाठी अर्थव्यवस्था खुली केली. खासगी क्षेत्राला प्रोत्साहन देण्याची भूमिका स्विकारण्यात आली आणि कोटा व परवाना पद्धती मोडून काढण्यात आली. या बदलाशी जुळवून घेण्याच्या दृष्टीने राजकोषीय धोरणात परिस्थितीनुरूप सुधारणा करण्यात आली.

कर सुधारणा समितीने प्रत्यक्ष व अप्रत्यक्ष करात सुधारणा करण्यासाठीचे बदल सूचविले. या समितीने प्रमुख कराच्या दरात कपात, सूट व सवलती किमान करणे, कायदे व कार्यपद्धतीत सुधारणा कर, प्रशासनात सुधारणा आणि वाढ ते संगणकीकरण व माहिती व्यवस्थेचे आधुनिकीकरण या शिफारशी केल्या होत्या. त्यानुसार करविषयक सुधारणा हाती घेण्यात आल्या.

प्रत्यक्ष कर सुधारणेचा भाग म्हणून १९९२-९३ मध्ये आयकराचे ब्रॅकेट तीनपर्यंत कमी करण्यात येऊन ते दर २०, ३० आणि ४० टक्के करण्यात आले. वित्तीय मालमत्तांना संपत्ती करातून वगळण्यात आले आणि संपत्ती कराचा कमाल दर १ टक्क्यांपर्यंत कमी करण्यात आला. व्यक्तिगत आयकराचे किंवा उत्पन्न कराचे किंवा प्राप्ती कराचे दर १९९७-९८ मध्ये पुन्हा कमी करून ते १०, २० आणि ३० टक्के करण्यात आले. पुढे आयकराच्या स्लॅबची रचना बदलली असली तरी कराचे दर कायम राहिले. कंपनी कराच्या दरातही बदल करण्यात आले. अप्रत्यक्ष करातही सुधारणा करण्यात आल्या. १९९९ मध्ये विक्री कर व्यवस्था सरळ सोपी करण्याचा प्रयत्न सुरू झाला. २००५ मध्ये २१ राज्यात व्हॅट (VAT) सुरू करण्यात आला.

कर सुधारणा योजनामुळे केंद्र सरकारच्या प्राप्तीच्या स्त्रोताचे अप्रत्यक्ष कराकडून प्रत्यक्ष कराकडे हस्तांतरण झाले. १९९५-९६ मध्ये ५४ टक्के महसूल अप्रत्यक्ष कराद्वारे आणि २० टक्के महसूल प्रत्यक्ष करापासून मिळाला होता. २०००-०१ मध्ये प्रत्यक्ष कराचा वाटा ४५ टक्क्यांपर्यंत खाली आला आणि प्रत्यक्ष कराचा वाटा २६ टक्क्यापर्यंत वाढला. २००५-०६ मध्ये अप्रत्यक्ष कराचा वाटा अंदाजे ४३ टक्के आणि प्रत्यक्ष कराचा वाटा ४३ टक्के होता.

२००२-०३ मध्ये स्थूल राजकोषीय तूट स्थूल देशांतर्गत उत्पादनाच्या ५.९१ टक्के एवढी मोठी होती. राजकोषीय शिस्तीच्या चौकटीची गरज निर्माण झाली. तीन वर्षाच्या चर्चेनंतर २००३ मध्ये राजकोषीय उत्तरदायित्व आणि अर्थसंकल्प व्यवस्थापन कायदा (Fiscal Responsibility and Budget Management ACI-FRBMA) करण्यात आला. या कायद्याने चालू महसूल व खर्च यात समानता आणण्याचे मध्यम मुदतीचे लक्ष्य दिले आणि स्थूल देशांतर्गत उत्पादनाच्या ३ टक्के एवढी राजकोषीय तुटीची मर्यादा ठरविण्यात आली व तूट घटीचा रोडमॅप ठरवून टप्प्याटप्प्याने ती ३ टक्क्यापर्यंत खाली आणण्याचे ठरविण्यात आले.

जागतिक वित्तीय अरिष्टाची (crisis) तिव्रता सप्टेंबर २००८ च्या आसपास मोठ्या प्रमाणात अनुभवास आली. धोरणकर्त्यांना निर्यातीवर प्रतिकूल परिणाम, विनिमय दरावर परिणाम वगैरेद्वारे भारतीय अर्थव्यवस्थेवर परिणाम करणाऱ्या अरिष्टाच्या प्रभावाविरूद्ध टक्कर देणे आवश्यक होते. ग्रामीण कृषी कर्ज माफी योजना, राष्ट्रीय ग्रामीण रोजगार हमी योजना कायदा, केंद्र सरकारच्या कर्मचाऱ्यांच्या वेतनात सहाव्या वेतन आयोगाच्या शिफारशीनुसार सुधारणा वगैरे स्वरूपात विस्तारकारक राजकोषीय धोरण कार्यरत होते. २००८ च्या लोकसभा निवडणुकीने सरकारच्या खर्चात आणखी वाढ झाली.

अरिष्ट न थांबल्याने सरकारने प्रोत्साहन पॅकेजची मालिका ७ डिसेंबर २००८, २ जानेवारी २००९ आणि २४ फेब्रुवारी २००९ ला कार्यान्वित केली. या उपाय योजनांचा स्थूल देशांतर्गत उत्पादनावर झालेला परिणाम २००८-०९ मध्ये १.८ टक्के होता. नियंत्रित वित्तीय क्षेत्र, योग्य प्रकारे मॅनेज केलेले भांडवल खाते धोरण, मोठ्या प्रमाणात परकीय चलननिधी, मोठा देशांतर्गत उपभोग व परिणामकारक राजकोषीय धोरण हस्तक्षेप असतानाही भारतीय अर्थव्यवस्थेने वित्तीय अरिष्टाचा अनुभव घेतला. २००८-०९ च्या पहिल्या सहा महिन्यांच्या तुलनेत दुसऱ्या सहा महिन्यात स्थूल देशांतर्गत उत्पादनाची वृद्धी ७.८ टक्क्यांवरून ५.८ टक्क्यांपर्यंत खाली आली.

राजकोषीय दृढीकरणाची प्रक्रिया पुन्हा सुरू करणे महत्त्वाचे झाले. ही अशी नाजुक प्रक्रिया होती की ज्यात कायमस्वरूपी वृद्धी प्रक्रिया न थांबविता राजकोषीय दुर्लभता (Fiscal tightening) साध्य करावयाची होती. तेराव्या वित्त आयोगाने राजकोषीय तुटीत घट करण्याचा रोडमॅप दिला होता. २०१०-११ च्या अर्थसंकल्पाने स्थूल देशांतर्गत उत्पादनाच्या ५.५ टक्के एवढे राजकोषीय तुटीचे लक्ष्य पुढे ठेवले. २०१०-११ मध्ये टेलीकॉम स्पेक्ट्रमच्या लिलावातून बिगर कर महसूल मिळाल्याने अपेक्षेपेक्षा जास्त प्राप्ती झाली. राजकोषीय तुटीच्या लक्ष्याला चिकटून राहून प्राथमिक क्षेत्रास वाटप वाढविण्याचा निर्णय घेण्यात आला. शेवटी २०१०-११ मध्ये लक्ष्यापेक्षा अधिक म्हणजे स्थूल देशांतर्गत उत्पादनाच्या ५.१ टक्के एवढी राजकोषीय तुटीत घट आली. तेराव्या वित्त आयोगाच्या ५.७ टक्के या रोडमॅप लक्ष्याच्या तुलनेत ही सुधारणा होती.

अलीकडील काळातील सुधारणा असे सूचित करतात की धोरणकर्त्यांना विकास कार्याला अधिकाधिक साधनसामग्री उपलब्ध करूनही कडक राजकोषीय निग्रह स्विकारणे भाग पडत आहे.

भारतातील राजकोषीय धोरणाच्या बाबतीतील विशेष लक्ष द्यावयाची क्षेत्रे पुढीलप्रमाणे आहेत.

१) भांडवली आणि महसुली खर्चाचे प्रमाण :

एकूण खर्चातील भांडवली खर्चाचे प्रमाण महसुली खर्चाच्या तुलनेत अतिशय कमी आहे. २००० ते २०१३ या काळात एकूण खर्चातील सरासरी ८५ टक्के खर्च महसुली खर्च होता. भांडवली खर्च ज्यात २३ टक्के होता अशी २००४ व २००५ ही वर्षे वगळता २००० ते २०१३ या काळात एकूण खर्चाच्या सरासरी १५ टक्के होता. देशात जर राजकोषीय तूट ही महसुली खर्चामुळे सहन करावी लागत असेल तर ती तूट वाईट आहे. जर भारतासारखी उद्योन्मुख अर्थव्यवस्था पायाभूत सुविधा निर्माण करणाऱ्या भांडवली खर्चावर पुरेसा भर देणार नसेल तर भविष्यात सातत्यपूर्ण वृद्धीच्या बाबतीत समस्या निर्माण होऊ शकतात.

२) अर्थसहाय्यावरील खर्च :

एकूण महसुलातील अर्थसहाय्याचे प्रमाण २००० ते २०१३ च्या काळात दुप्पट झाले आहे. २००० मध्ये ते एकूण खर्चाच्या १० टक्के होते आणि २०१२-१३ या वर्षाच्या शेवटी ते २० टक्के होते. २०००-०१ मध्ये स्थूल देशांतर्गत उत्पादनाच्या १.२३ टक्के अर्थसहाय्यावरील खर्च होता तर २०१२-१३ मध्ये तो २.५७ टक्के होता. अर्थसंकल्प आकडेवारीनुसार एकूण अर्थसहाय्यावरील खर्च २०१२-१३ मध्ये स्थूल देशांतर्गत उत्पादनाच्या २.५७ टक्के होता तर मिनिस्ट्री ऑफ स्टॅटिस्टीक ॲण्ड प्रोग्रॅम इंप्लीमेंटेशननुसार अर्थसहाय्यावरील खर्च स्थूल देशांतर्गत उत्पादनाच्या ६.०८ टक्के होता.

३) निधीचा आक्षेपार्ह वापर :

केंद्र आणि राज्य अशा दोन्ही पातळ्यांवर विविध योजना आणि जाहीर केलेल्या पॅकेजसाठी होणाऱ्या निधीच्या वापरास प्रत्येक वेळी समर्थनीय कारणे नसतात. काही वेळा असे निदर्शनास येते की सरकार निधीच्या वाटपाचे योग्य ध्येय विचारात न घेता राजकीय हेतूने त्याचे वाटप करते.

४) कराचे स्थूल देशांतर्गत उत्पादनाशी असलेले गुणोत्तर अल्प :

भारताचे कराचे स्थूल देशांतर्गत उत्पादनाशी असलेले गुणोत्तर (Tax to GDP ratio) कमी आहे. स्थूल कराचे स्थूल देशांतर्गत उत्पादनाशी असलेले गुणोत्तर २०००-०१ मध्ये ८.६५ टक्के आणि २०१२-१३ मध्ये १०.३२ टक्के होते. अशा अल्प कर गुणोत्तरास अल्प कर आधार आणि सरकारने दिलेली विविध कर माफी ही कारणे जबाबदार आहेत.

वरील परिस्थितीतून बाहेर पडण्यासाठी पुढील उपाय योजण्याची आवश्यकता आहे.

१) महसुली खर्चात मोठ्या प्रमाणात कपात करावी त्यामुळे महसूली तूट आणि त्यातून राजकोषीय तूट कमी होईल.

२) सरकारने पायाभूत सुविधांचा विकास करण्यासाठी भांडवली खर्चावर भर द्यावा.

३) सरकारने रोडमॅप ठरवून प्रत्यक्ष व अप्रत्यक्ष करापासूनच्या महसुलात वाढ करावी. त्यासाठी कर आधार वाढविण्यासाठी प्रयत्न करावा.

४) सार्वजनिक क्षेत्रातील कंपन्यांच्या निर्गुंतवणुकीपासून सरकारला महसुल मिळू शकतो. महसुलात वाढ करण्याचा आणि राजकोषीय तूट कमी करण्याचा हा तात्कालिक उपाय आहे.

५) राजकीय हेतूसाठी होणारा निधीचा गैरवापर रोखण्यासाठी भारतास एकूणच शासन आणि विशेषतः राजकोषीय धोरणाच्या बाबतीत सुधारणा करण्याची गरज आहे.

२०१४–१५ साठीचे राजकोषीय धोरण :

२०१२-१३ आणि २०१३-१४ या दोन वर्षात वृद्धीदर हा अनुक्रमे ४.५ टक्के आणि ४.७ टक्के म्हणजेच ५ टक्क्यांपेक्षा कमी होता. यात सुधारणा करून २०१४-१५ मध्ये ५.५ ते ६ टक्के वृद्धीदर अपेक्षित होता, तर राजकोषीय तुटीचे लक्ष्य ४.१ टक्के होते.

२०१४-१५ च्या राजकोषीय धोरणाचे उद्दिष्ट अर्थव्यवस्थेस वृद्धीसाठी मदत करणे आणि राजकोषीय तूट नियंत्रणात आणून राजकोषीय दृढीकरणाचा (Fiscal Consolidation) मार्ग चालू ठेवणे हे होते.

खर्चातील वाढ मर्यादित करण्याबरोबरच कर व बिगर कर महसुलात वाढ करून राजकोषीय तूट नियंत्रणात आणण्याची योजना होती. खर्चाच्या आघाडीवर वाढता खर्च नियंत्रित करण्यासाठी केलेल्या उपायांबरोबरच सरकारने अर्थसहाय्याच्या बाबतीत काही धोरणात्मक निर्णय २०१३-१४ मध्ये घेतले.

राजकोषीय दृढीकरणाच्या काळात कर-स्थूल देशांतर्गत उत्पादन गुणोत्तरास २००३-०४ ते २००७-०८ च्या काळात ९.२ टक्क्यांवरून ११.९ टक्क्यांपर्यंत सुधारणा झाली. मात्र, २००८-०९ व २००९-१० मध्ये जागतिक आर्थिक संकटामुळे यात घट झाली. २००९-१० मध्ये हे गुणोत्तर ९.७ टक्क्यांपर्यंत खाली आले.

२०१२-१३ च्या तुलनेत २०१३-१४ मध्ये अप्रत्यक्ष कराच्या बाबतीत सुधारणा झाली. कर आधार व्यापक करण्यासाठी आणि महसूल कार्यक्षमता वाढविण्यासाठी वस्तू व सेवा कर (Goods and Service Tax - GST) हे महत्त्वपूर्ण पाऊल आहे.

प्रत्यक्ष कराच्या बाबतीतील सरकारचे धोरण कर आधार व्यापक करून प्रत्यक्ष करात वाढ करणे हे आहे. त्यासाठी अनेक उपाय योजले आहेत. तंत्रज्ञानाचा वापर वाढविण्यावर भर दिलेला आहे.

२०१३-१४ मध्ये प्रत्यक्ष कर संकलनात आधीच्या वर्षाच्या तुलनेत सुधारणा झाली आहे.

केळकर समितीने (२०१२), त्यांच्या केंद्र सरकारच्या राजकोषीय दृढीकरण रोडमॅपमध्ये २०१४-१५ पर्यंत सरकारने राजकोषीय तूट स्थूल देशांतर्गत उत्पादनाच्या ४ टक्क्यांपर्यंत कमी करण्याची, प्रभावी महसुली तुट दूर करण्याची आणि महसुली तुट स्थूल देशांतर्गत उत्पादनाच्या २ टक्क्यांपर्यंत कमी करण्याची शिफारस केली.

समितीने लक्ष्य म्हणून महसुली तुटीऐवजी प्रभावी महसूली तूट दूर करण्यास मान्यता दिली. प्रभावी महसूली तूट महसूली खात्यातील असमतोलाचे रचनात्मक घटक प्रतिबिंबित करते. एकंदरीत राजकोषीय दृढीकरण चौकटीत भांडवली खर्चावर जोर देण्यात आला.

चौदाव्या वित्त आयोगाने केंद्रासाठी स्पष्टपणे मोठ्या दुरुस्त्या सुचविल्या. आयोगानुसार राजकोषीय उत्तरदायित्व आणि अर्थसंकल्प व्यवस्थापन (FRBM) लक्ष्यापेक्षा तुट आणि कर्ज जास्त असताना असममितिक (asymmetric) दुरुस्ती पथ मुख्यत: केंद्र सरकारसाठी वित्तीय शिस्त सुनिश्चित करणे आहे.

रोडमॅपच्या दृष्टीने, केंद्र सरकारचा २०१५-१६ मध्ये कर्जाचा साठा स्थूल देशांतर्गत उत्पादनाच्या ४३.६ टक्के होता. तो घटून २०१९-२० मध्ये स्थूल देशांतर्गत उत्पादनाच्या ३६.३ टक्क्यांपर्यंत आला आणि केंद्र सरकारची महसुली तूट स्थूल देशांतर्गत उत्पादनाच्या २.५६ टक्क्यांवरून ०.९३ टक्क्यांपर्यंत खाली आली.

राज्यांसाठीच्या राजकोषीय रोडमॅपखाली राज्यांची एकूण राजकोषीय तुट २०१५-१६ मध्ये स्थूल देशांतर्गत उत्पादनाच्या २.७६ टक्के होती २०१९-२० मध्ये त्यात बदल होऊन ती स्थूल देशांतर्गत उत्पादनाच्या २.७४ टक्के झाली. राज्यांचा कर्ज-स्थूल देशांतर्गत उत्पादन प्रमाण २०१५-१६ मधील २१.९ टक्क्यांवरून २०१९-२० मध्ये २२.४ टक्के एवढ्या किरकोळ प्रमाणात वाढले.

२०१८-१९ मध्ये एक नवीन लक्ष्यीकरण चौकट स्वीकारली गेली जी कर्ज आणि राजकोषीय तूट कमी करणे या दोन स्तंभावर आहे. श्री एन. के. सिंग यांच्या अध्यक्षतेखालील राजकोषीय उत्तरदायित्व आणि अर्थसंकल्प व्यवस्थापन (FRBM) आढावा समितीने राजकोषीय उत्तरदायित्व आणि अर्थसंकल्प व्यवस्थापन कायदा २००३ पुनर्स्थापित करण्यासाठी २०१६ मध्ये कर्ज व्यवस्थापन आणि राजकोषीय उत्तरदायित्व बिल, २०१७ चा मसुदा प्रस्तावित केला.

राजकोषीय पथ किंवा मार्ग निर्दिष्ट केला गेला आहे आणि राजकोषीय तूट जी राजकोषीय धोरणाचे मध्यम-मुदतीचे लक्ष्य म्हणून वापरली जात असलेल्या या चौकटीच्या ऐवजी समितीने भारतातील राजकोषीय धोरणासाठी मध्यम मुदत स्थिरक किंवा अँकर म्हणून सार्वजनिक कर्जाचे स्थूल देशांतर्गत उत्पादनाशी प्रमाण असा बदल करण्याची शिफारस केली.

चौदाव्या वित्त आयोगाने ठरवलेल्या कर्जाच्या लक्ष्यांपेक्षा वेगळे, २०२२-२३ पर्यंत साध्य करावयाचे केंद्रासाठी ४० टक्के मर्यादा आणि राज्यांसाठी २० टक्के मर्यादा यासह कर्जाचे स्थूल देशांतर्गत उत्पादनाशी ६० टक्के प्रमाण लक्ष्य म्हणून ठरविण्यात यावे असे सुचविले. केंद्रास कर्जाचे स्थूल देशांतर्गत उत्पादनाशी ४० टक्के प्रमाण लक्ष्य साध्य करण्यासाठी समितीने जिथे राजकोषीय तूट २०२२-२३ पर्यंत स्थूल देशांतर्गत उत्पादनाच्या २.५ टक्क्यांपर्यंत खाली आणली जाण्याच्या वेगवान एकत्रीकरण मार्गाची (accelerated consolidation path) शिफारस केली.

समितीने अशीही शिफारस केली आहे की केंद्र सरकारने २०२२-२३ पर्यंत आपली महसुली तूट स्थूल देशांतर्गत उत्पादनाच्या ०.८ टक्क्यांपर्यंत पोहोचण्यासाठी ती साधारणपणे दरवर्षी स्थूल देशांतर्गत उत्पादनाच्या ०.२५ टक्क्यांनी कमी करावी. राज्यांसाठी राजकोषीय तूट-स्थूल देशांतर्गत उत्पादनात २०२२-२३ मध्ये स्थूल देशांतर्गत उत्पादनाच्या ३ वरून २ टक्के आणि पुढे २०२४-२५ पर्यंत १.७ टक्के एवढी घट करण्याची शिफारस केली आहे.

वित्त विधेयक (२०१८), राजकोषीय उत्तरदायित्व आणि अर्थसंकल्प व्यवस्थापन (FRBM) पुनरावलोकन समितीच्या सार्वजनिक कर्ज लक्ष्यासंबंधी शिफारसी अंशतः स्वीकारताना राजकोषीय लक्ष्ये साध्य करण्यासाठी केवळ काल पथ २०२४-२५ पर्यंत ढकलला नाही तर महसूली तूट साध्य करण्याचे लक्ष्य संपूर्णपणे सोडले. त्यानंतर, सार्वजनिक कर्ज हे मध्यम मुदतीच्या धोरणाचे लक्ष्य म्हणून कायम ठेवले गेले.

२०१९-२० च्या केंद्रीय अर्थसंकल्पात मध्यम मुदत राजकोषीय धोरण सह राजकोषीय धोरण व्यूहरचना विधानात असे म्हटले आहे की, हे लक्षात घेतले जाऊ शकते की नवीन राजकोषीय उत्तरदायित्व आणि अर्थसंकल्प व्यवस्थापन (FRBM) चौकटीमध्ये आता राजकोषीय उत्तरदायित्व आणि अर्थसंकल्प व्यवस्थापन कायद्यातील महसुली तूट ही लक्ष्यित राजकोषीय निर्देशक नाही. प्रभावी महसूली तूट (Effective revenue deficit) जी महसूली तूट आणि भांडवली मालमत्ता निर्मितीसाठी अनुदान यातील फरक आहे. ती देखील एक राजकोषीय लक्ष्य म्हणून काढून टाकण्यात आली आहे.

पंधराव्या आयोगाने राजकोषीय रोडमॅप दिला असून या आयोगाने असे सूचित केले की केंद्राने २०२५-२६ पर्यंत राजकोषीय तूट स्थूल देशांतर्गत उत्पादनाच्या ४ टक्क्यांपर्यंत खाली आणावी. राज्यांसाठी, त्यांनी (i) २०२०-२१ मध्ये स्थूल देशांतर्गत उत्पादनाच्या ४ टक्के, (ii) २०२२-२३ मध्ये स्थूल देशांतर्गत उत्पादनाच्या ३.५ टक्के आणि (iii) २०२३-२६ या काळात स्थूल देशांतर्गत उत्पादनाच्या ३ टक्के राजकोषीय तूट मर्यादेची शिफारस केली. जर राज्य पहिल्या चार वर्षात (२०२१-२५) निर्दिष्ट केलेल्या मंजूर कर्ज घेण्याच्या मर्यादेचा संपूर्णपणे वापर करू शकले नाही तर त्यापुढील वर्षांत (२०२१-२६ या कालावधीत) न वापरलेली कर्जाची रक्कम (रूपयात मोजलेली) मिळू शकते.

आयोगाने सूचित केले की उत्पन्न आणि मालमत्ता-आधारित कर आकारणी अधिक बळकट केली पाहिजे. पगाराच्या उत्पन्नावरील आयकराचे असलेले अत्यधिक अवलंबित्व कमी करण्यासाठी कर वजावट व स्त्रोत संकलन (TDS/TCS) संबंधित तरतुदींची व्याप्ती वाढवावी. राज्यस्तरावर मुद्रांक शुल्क आणि नोंदणी शुल्क या बाबतीत न वापरलेली क्षमता आहे. संगणकीकृत मालमत्ता नोंदी व्यवहारांच्या नोंदणीसह एकत्रित केल्या पाहिजेत आणि मालमत्तांचे बाजार मूल्य हस्तगत केले जावे.

१२ टक्के आणि १८ टक्के दर विलीन करून दर रचना तर्कसंगत केली पाहिजे. जीएसटी आधाराचा विस्तार करण्यासाठी आणि अनुपालन (compliance) सुनिश्चित करण्यासाठी राज्यांनी क्षेत्ररित्या प्रयत्न (field efforts) करणे आवश्यक आहे.

सार्वजनिक वित्तीय व्यवस्थापनासाठी एक व्यापक चौकट विकसित केली जावी. केंद्र तसेच राज्यांकडील नोंदींचे आकलन करण्याच्या अधिकारासह एक स्वतंत्र राजकोषीय परिषद स्थापन केली पाहिजे. परिषदेची भूमिका केवळ सल्लागाराची असेल.

केंद्र आणि राज्य या दोन्हींनी समग्रलक्षी आर्थिक आणि राजकोषीय अंदाजातील अचूकता आणि सुसंगतता सुधारण्यासाठी प्रयत्न केले पाहिजेत. केंद्राच्या कायद्याशी सुसंगतता सुनिश्चित करण्यासाठी राज्यांनी विशेषत: कर्जाच्या व्याख्येसह, त्यांच्या राजकोषीय उत्तरदायित्व कायद्यात सुधारणा केली पाहिजे.

२.५ राजकोषीय उत्तरदायित्व आणि अर्थसंकल्प व्यवस्थापन कायदा २००३ (Fiscal Responsibility and Budget Management Act-2003) :

राजकोषीय उत्तरदायित्व आणि अर्थसंकल्प व्यवस्थापन विधेयक (FRBM Bill) तत्कालीन अर्थमंत्री श्री यशवंत सिन्हा यांनी डिसेंबर २००० मध्ये सादर केले. विधेयकाच्या सुरुवातीच्या आवृत्तीत तरतुदी फारच कठोर होत्या. बऱ्याच चर्चेनंतर राजकोषीय उत्तरदायित्व आणि अर्थसंकल्प व्यवस्थापन कायदा होण्यासाठी २००३ मध्ये या विधेयकाची कमी कठोर आवृत्ती मंजूर केली गेली.

राजकोषीय उत्तरदायित्व आणि अर्थसंकल्प व्यवस्थापन कायदा ४ जुलै २००४ पासून लागू झाला. हा कायदा राजकोषीय तुट कमी करणे आणि महसुली तुट नाहीशी करण्याची लक्ष्ये निश्चित करून राजकोषीय शिस्त निश्चित करण्यासाठी केला आहे. भारतातील आर्थिक दृढीकरणाच्या (fiscal consolidation) दिशेने उचलले गेलेले हे एक मोठे कायदेशीर पाऊल मानले जाते. राजकोषीय उत्तरदायित्व आणि अर्थसंकल्प व्यवस्थापन कायदा २००३ ची ठळक वैशिष्ट्ये किंवा हायलाइट्स पुढीलप्रमाणे आहेत.

१) राजकोषीय उत्तरदायित्व आणि अर्थसंकल्प व्यवस्थापन कायदा २००३ हा आर्थिक शिस्त संस्थाभूत (institutionalize) करणे, भारताची राजकोषीय तूट कमी करणे, समतोल अर्थसंकल्पाच्या दिशेने वाटचाल करून समग्रलक्षी आर्थिक व्यवस्थापन आणि सार्वजनिक निधीचे एकंदरीत व्यवस्थापन सुधारणे आणि राजकोषीय विवेकीपणा बळकट करणे यासाठीचा भारतीय संसदेचा कायदा आहे.

२) राजकोषीय उत्तरदायित्व आणि अर्थसंकल्प व्यवस्थापन कायद्याचे मुख्य उद्दिष्ट देशातील महसुली तूट दूर करणे (त्यानंतर महसूल शिल्लक वाढवणे) आणि मार्च २००८ पर्यंत राजकोषीय तूट स्थूल देशांतर्गत उत्पादनाच्या (GDP) ३% पर्यंत खाली आणणे. मात्र, २००९ च्या आंतरराष्ट्रीय आर्थिक संकटामुळे, कायद्यातील अंमलबजावणीची मुदत सुरुवातीला पुढे ढकलण्यात आली आणि त्यानंतर २००९ मध्ये स्थगित करण्यात आली. भारताच्या राजकोषीय व्यवस्थापन यंत्रणेत पारदर्शकता आणणे हेही या कायद्याचे उद्दिष्ट आहे. भारतात राजकोषीय स्थैर्य साध्य करणे आणि चलनवाढीचा सामना करण्यासाठी भारतीय रिझर्व्ह बँकेस लवचिकता देणे हे या कायद्याचे दीर्घकालीन उद्दिष्ट आहे.

३) राजकोषीय उत्तरदायित्व आणि अर्थसंकल्प व्यवस्थापन कायद्याने चार राजकोषीय निर्देशकांना (fiscal indicators) मध्यम-मुदतीच्या राजकोषीय धोरणात जाहीर करण्याचे आदेश दिले आहेत. हे आहेतः

अ) स्थूल देशांतर्गत उत्पादनाशी टक्केवारी स्वरुपात महसुली तुट (revenue deficit as a percentage of GDP)

ब) स्थूल देशांतर्गत उत्पादनाशी टक्केवारी स्वरुपात राजकोषीय तुट (fiscal deficit as a percentage of GDP)

क) स्थूल देशांतर्गत उत्पादनाशी टक्केवारी स्वरुपात कर महसूल (tax revenue as a percentage of GDP)

ड) स्थूल देशांतर्गत उत्पादनाशी टक्केवारी स्वरुपात थकीत दायित्वे (total outstanding liabilities as a percentage of GDP)

या कायद्याने राजकोषीय तूट आणि महसूली तूट यासाठी लक्ष्य ठरवले आहे. राष्ट्रीय सुरक्षा, आपत्ती इ.च्या कारणास्तव, राजकोषीय तूट आणि महसूल यांचे निर्धारित लक्ष्य ओलांडले जाऊ शकते.

४) राजकोषीय उत्तरदायित्व आणि अर्थसंकल्प व्यवस्थापन कायद्याने दरवर्षी केंद्रीय अर्थसंकल्प दस्तऐवजांसह पुढील बाबी संसदेत ठेवणे बंधनकारक केले.

अ) मध्यम मुदतीचे राजकोषीय धोरण विवरणपत्र (Medium Term Fiscal Policy Statement)

ब) समग्रलक्षी आर्थिक चौकट विवरणपत्र (Macroeconomic Framework Statement)

क) राजकोषीय धोरण व्यूहरचना विवरणपत्र (Fiscal Policy Strategy Statement)

राजकोषीय उत्तरदायित्व आणि अर्थसंकल्प व्यवस्थापन कायदा लागू झाल्यानंतर कित्येक वर्षे झाली आहेत. परंतु भारत सरकार त्याअंतर्गत निश्चित केलेली उद्दिष्टे साध्य करू शकलेले नाही. या कायद्यात अनेक वेळा दुरुस्ती करण्यात आली आहे. २०१३ मध्ये सरकारने एक बदल केला आणि प्रभावी महसूल तूट (effective revenue deficit) ही संकल्पना मांडली. प्रभावी महसूल तूट ही महसुली तुट वजा भांडवली मालमत्ता निर्मितीसाठी राज्यांना देण्यात येणाऱ्या अनुदान एवढी असेल. २०१६ मध्ये, एन के सिंह यांच्या नेतृत्वात या कायद्यात बदल सुचविण्यासाठी समिती स्थापन केली गेली. एन के सिंह समितीने कर्ज हे राजकोषीय धोरणाचे मुख्य लक्ष्य म्हणून वापरण्याचा सल्ला दिला आणि २०२३ पर्यंत हे लक्ष्य गाठले पाहिजे असे सुचविले. तसेच समितीने अध्यक्ष व दोन सदस्यांसह स्वायत्त राजकोषीय परिषद तयार करण्याचा प्रस्ताव ठेवला. सरकारने राजकोषीय उत्तरदायित्व आणि अर्थसंकल्प व्यवस्थापन कायद्याच्या उद्दीष्टांपासून दूर जाण्यासाठीचे कारण स्पष्टपणे निर्दिष्ट करावे असे समितीने सुचवले.

* * *

प्रश्न

प्र. १. खालील प्रश्नांची वीस शब्दात उत्तरे लिहा.

१) विकसित देश म्हणजे काय ?

२) विकसनशील देश म्हणजे काय ?

३) विकसित देशांमधील राजकोषीय धोरणाची दोन उद्दिष्टे लिहा.

४) विकसनशील देशांमधील राजकोषीय धोरणाची दोन उद्दिष्टे लिहा.

५) राजकोषीय धोरण म्हणजे काय ?

६) चलनविषयक धोरण म्हणजे काय ?

७) अर्थसंकल्पीय तूट म्हणजे काय ?

८) अर्थसंकल्पीय तुटीचे दोन ध्वनितार्थ लिहा.

९) राजकोषीय उत्तरदायित्व आणि अर्थसंकल्प व्यवस्थापन कायदा २००३ ची दोन वैशिष्ट्ये लिहा.

प्र. २. खालील प्रश्नांची सविस्तर उत्तरे लिहा.

१) विकसित आणि विकसनशील देशांमधील राजकोषीय धोरणाची उद्दिष्टे स्पष्ट करा.

२) राजकोषीय आणि चलनविषयक धोरणांमधील परस्परावलंबन स्पष्ट करा.

३) अर्थसंकल्पीय तूट आणि त्याचे ध्वनितार्थ स्पष्ट करा.

४) भारतातील राजकोषीय क्षेत्रातील सुधारणा स्पष्ट करा.

५) राजकोषीय उत्तरदायित्व आणि अर्थसंकल्प व्यवस्थापन कायदा २००३ स्पष्ट करा.

* * *

प्रकरण ३

राजकोषीय संघराज्यवाद (Fiscal Federalism)

३.१ भारतातील राजकोषीय संघराज्यवाद – अर्थ आणि समर्पकता

३.२ उभा किंवा ऊर्ध्व किंवा भिन्नस्तर आणि आडवा किंवा क्षेत्रीय किंवा समस्तर असमतोल

३.३ केंद्र आणि राज्यात कराची विभागणी

३.४ घटनात्मक तरतुदी, वित्त आयोग आणि नियोजन आयोग (निती आयोग), पंधराव्या वित्त आयोगाच्या शिफारसी

३.५ केंद्राकडून राज्यांमध्ये संसाधन स्थानांतर–संसाधनांच्या स्थानांतरासाठी निकष

३.६ भारतातील केंद्र आणि राज्य संबंध आणि संघर्ष

३.० प्रास्ताविक (Introduction) :

संघराज्यवाद ही सरकारची एक व्यवस्था किंवा प्रणाली आहे ज्यामध्ये केंद्र आणि राज्ये किंवा प्रांत यासारख्या सरकारच्या दोन किंवा अधिक स्तरांमध्ये अधिकारांची विभागणी केली जाते. भारतातील राजकोषीय अधिकार आणि कार्यात्मक जबाबदाऱ्या केंद्र आणि राज्य सरकारमध्ये संघीय वित्तव्यवस्था तत्त्वांनुसार विभागल्या गेल्या आहेत. उभा आणि आडवा असमतोल ही बहुतेक संघराज्याची सामान्य वैशिष्ट्ये आहेत आणि भारतही त्याला अपवाद नाही. वेगवेगळ्या सरकारी स्तरांवरील महसूल जेव्हा खर्चाशी जुळत नाही तेव्हा उभा राजकोषीय असमतोल निर्माण होतो. संघीय रचनेतील विविध राज्य सरकारांची महसूल निर्मिती क्षमता/कार्यक्षमता आणि त्यांच्या संबंधित खर्चाची जबाबदारी यातील असमानतेमुळे आडवा राजकोषीय असमतोल उद्भवतो. राजकोषीय असमतोलाची कल्पना करून, घटनाकारांनी केंद्राकडून राज्य सरकारांना राजकोषीय हस्तांतरणाच्या मार्गाने राजकोषीय समायोजनाची यंत्रणा प्रदान केली. प्रस्तुत प्रकरणात भारतातील राजकोषीय संघराज्यवाद, उभा आणि आडवा असमतोल, केंद्र आणि राज्यात कराची विभागणी, घटनात्मक तरतुदी, वित्त आयोग आणि नियोजन आयोग (निती आयोग), पंधराव्या वित्त आयोगाच्या शिफारसी, केंद्राकडून राज्यांमध्ये संसाधन हस्तांतरण–संसाधनांच्या हस्तांतरणासाठी निकष आणि भारतातील केंद्र व राज्य संबंध व संघर्ष याविषयी माहिती दिली आहे.

३.१ भारतातील राजकोषीय संघराज्यवाद–अर्थ आणि समर्पकता (Fiscal Federalism in India-Meaning and Relevance) :

संघराज्यवाद ही सरकारची एक व्यवस्था किंवा प्रणाली आहे ज्यामध्ये केंद्र आणि राज्ये किंवा प्रांत यासारख्या सरकारच्या दोन किंवा अधिक स्तरांमध्ये अधिकारांची विभागणी केली जाते. केंद्र सरकार आणि राज्य सरकारे

यांच्यात वैधानिक, प्रशासकीय आणि कार्यकारी अधिकारांचे वाटप राज्यघटनेत नमूद केले आहे. केंद्र सरकार, राज्य सरकारे आणि त्यांच्यामध्ये सामायिक केलेल्या अधिकारांचे प्रतिनिधित्व करणारी, वैधानिक अधिकारांचे वर्गीकरण केंद्र सूची, राज्य सूची आणि समवर्ती सूची अंतर्गत केले जाते. भारतातील राजकोषीय अधिकार आणि कार्यात्मक जबाबदाऱ्या केंद्र आणि राज्य सरकारमध्ये संघीय वित्तव्यवस्था (federal finance) तत्त्वांनुसार विभागल्या गेल्या आहेत.

घटनात्मक राजकोषीय व्यवस्था असे दर्शविते की राजकोषीय असमतोल अपरिहार्य मानला गेला कारण लवचिक करांचे बहुतेक अधिकार केंद्र सरकारला दिलेले आहेत. पुढे, अधिकार आणि कार्यांचे विभाजन स्वतःच उभ्या संघीय राजकोषीय असमतोलास कारणीभूत ठरते, तर राज्यांमधील नैसर्गिक संसाधनांच्या देणगी स्थितीतील फरक आडव्या संघीय राजकोषीय असमतोलास कारणीभूत ठरतो. राजकोषीय असमतोलाची कल्पना करून, घटनाकारांनी केंद्राकडून राज्य सरकारांना राजकोषीय हस्तांतरणाच्या मार्गाने राजकोषीय समायोजनाची यंत्रणा प्रदान केली. संविधानातील ही तरतूद कलम २८० अन्वये भारताच्या राष्ट्रपतींना आवश्यक वाटल्यास दर पाच वर्षांनी किंवा त्यापूर्वी वित्त आयोग स्थापन करण्याच्या मार्गाने करण्यात आली.

संघराज्यवादाला प्रोत्साहन देणाऱ्या सर्वोच्च न्यायालय, वित्त आयोग अशा अनेक संस्था आहेत. सर्वोच्च न्यायालय ही देशाची सर्वोच्च न्यायिक संस्था आहे आणि ती संविधानाची संरक्षक व अर्थ लावणारी (इंटरप्रीटर) म्हणून काम करते. केंद्र आणि राज्यांमधील किंवा राज्या-राज्यामधील विवादांवर निर्णय घेण्याचा अधिकार सर्वोच्च न्यायालयास आहे. वित्त आयोग ही एक घटनात्मक संस्था असून ती केंद्र आणि राज्यांमधील महसुलाच्या वाटपासंबंधी शिफारस करते. गरज असलेल्या राज्यांना अनुदान देण्यास आणि राज्यांच्या संसाधनांमध्ये वाढ करण्यासाठी उपाय सुचवते.

अलिकडच्या वर्षांत, केंद्र आणि राज्य सरकारांमधील आर्थिक संबंधांमध्ये महत्त्वपूर्ण बदल झाले आहेत. २०१५-२०१६ पासूनच्या पुढील तीन महत्त्वाच्या बदलांचा यात समावेश आहे.

१) जानेवारी २०१५ मध्ये नियोजन आयोग रद्द करणे आणि त्यानंतर निती (NITI) आयोगाची निर्मिती.

२) चौदाव्या वित्त आयोगाच्या शिफारशींच्या आधारे राज्यांना उच्च कर वाटपाच्या तरतुदीद्वारे केंद्राकडून राज्यांना महसूल हस्तांतरणाच्या प्रणालीमध्ये मूलभूत बदल; आणि

३) वस्तू व सेवा कर लागू करण्यासाठी घटनादुरुस्ती आणि केंद्र व राज्य सरकारे यांनी विचारपूर्वक व संयुक्तपणे निर्णय घेण्यासाठी जीएसटी परिषदेची स्थापना.

भारतीय संघराज्यवाद अद्वितीय आहे, कारण तो ब्रिटिश राजवटीतील एकात्मक व्यवस्थेपासून स्वातंत्र्यानंतर संघराज्य प्रणालीमध्ये विकसित झाला आहे. भारतीय संघराज्याला कालांतराने संस्थानांचे एकत्रीकरण, राज्यांचे भाषिक पुनर्गठन, प्रादेशिक चळवळी व स्वायत्ततेच्या मागण्या, केंद्र-राज्य संबंध व संघर्ष, राजकोषीय संघराज्यवाद व संसाधनांचे वाटप, आंतरराज्य समन्वय अशा अनेक आव्हानांचा आणि समस्यांचा सामना करावा लागला आहे. भारतीय संघराज्यापुढील काही आव्हाने पुढीलप्रमाणे आहेत.

१) प्रादेशिकता :

भाषिक, वांशिक, धार्मिक किंवा सांस्कृतिक ओळखीवर आधारित प्रादेशिक पक्ष आणि चळवळींच्या उदयामुळे भारताच्या राष्ट्रीय ऐक्य आणि एकात्मता यास आव्हान निर्माण झाले आहे. काही प्रदेश किंवा गटांनी अधिक स्वायत्तता, विशेष दर्जा किंवा भारतीय संघराज्यापासून अलिप्तपणाची मागणी केली आहे.

२) अधिकारांचे विभाजन :

केंद्र आणि राज्यांमधील अधिकारांची विभागणी संतुलित नाही. केंद्राकडे राज्यांपेक्षा अधिक अधिकार आणि संसाधने आहेत आणि ते राष्ट्रपती राजवट, राज्यपालांची भूमिका, केंद्रीय कायदे इत्यादी विविध माध्यमांद्वारे त्यांच्या कारभारात हस्तक्षेप करू शकतात. राज्यांना त्यांच्या स्वत:च्या विकास आणि कल्याणकारी धोरणांचा पाठपुरावा करण्यासाठी मर्यादित स्वायत्तता आणि वित्तीय अवकाश आहे.

३) राजकोषीय संघराज्यवादाचा अभाव :

केंद्र आणि राज्यांमधील राजकोषीय संबंध समन्याय आणि पारदर्शक नाहीत. केंद्र बहुतेक कर गोळा करते आणि ते राज्यांना त्यांच्या विवेकबुद्धीनुसार किंवा निकषांनुसार वितरित करते. अनुदान, कर्ज आणि इतर हस्तांतरणासाठी राज्ये केंद्रावर अवलंबून असतात. राज्यांकडे कर आकारणीचे अधिकार आणि कर्ज घेण्याची क्षमता मर्यादित आहे. जीएसटीच्या अंमलबजावणीमुळे झालेल्या महसुल नुकसानीची भरपाई अपुरी असल्याची अनेक राज्यांची तक्रार आहे.

भारतातील संघराज्यवाद बळकट करण्याचे काही मार्ग पुढीलप्रमाणे आहेत.

१) घटनात्मक सुचीमध्ये सुधारणा करून, केंद्रीय करांमध्ये राज्यांचा वाटा वाढवून, राज्यांना अधिक वित्तीय स्वायत्तता आणि लवचिकता देऊन, राज्ये आणि स्थानिक संस्थांना अधिकार आणि संसाधनांचे हस्तांतरण वाढवून संघवाद मजबूत केला जाऊ शकतो.

२) राष्ट्रीय धोरणे आणि कार्यक्रमांच्या निर्मिती व अंमलबजावणीमध्ये राज्यांचे अधिक प्रतिनिधित्व व सहभाग सुनिश्चित करून संघराज्यवाद मजबूत केला जाऊ शकतो.

३) राज्यांमध्ये सहकारी आणि स्पर्धात्मक संघराज्यवाद वाढवून त्यांना समान समस्या व आव्हानांवर एकत्रितपणे काम करण्यास प्रोत्साहित करून, त्यांच्यातील सर्वोत्तम पद्धती व नवकल्पनांना प्रोत्साहन देऊन, उत्तम कामगिरी आणि परिणामांसाठी प्रोत्साहन व पुरस्कार देऊन संघराज्यवाद मजबूत केला जाऊ शकतो.

४) मागासलेल्या आणि वंचित प्रदेशांना किंवा गटांना विशेष सहाय्य आणि समर्थन देऊन, विविध प्रदेश किंवा गटांमध्ये संसाधने आणि संधींचे न्याय्य आणि पुरेसे वाटप सुनिश्चित करून, प्रादेशिक असमतोल व असमानता दूर करून संघराज्यवाद मजबूत केला जाऊ शकतो.

५) संघराज्याशी संबंधित घटनात्मक तरतुदी आणि निकषांचे पालन करून, केंद्र किंवा राज्यांच्या मनमानी किंवा एकतर्फी कृती किंवा हस्तक्षेप टाळून, वाद किंवा विवादांचे निराकरण संवादाद्वारे किंवा न्यायिक यंत्रणेद्वारे करून, संघराज्यवाद बळकट करता येईल.

३.२ उभा किंवा ऊर्ध्व किंवा भिन्नस्तर आणि आडवा किंवा क्षेत्रीय किंवा समस्तर असमतोल (Vertical and Horizontal Imbalance) :

सरकारचे महसूल सामर्थ्य किंवा अधिकार आणि खर्चाच्या जबाबदाऱ्या न जुळणे म्हणजे राजकोषीय असमतोल होय. (Fiscal imbalance is a mismatch in the revenue powers and expenditure responsibilities of a government.)

जेव्हा महसुली अधिकार संघराज्यातील सरकारच्या दोन किंवा अधिक स्तरांमध्ये विभागले जातात, तेव्हा सर्वसाधारणपणे, केंद्र सरकारकडे अधिक आर्थिक संसाधने सोपवली जातात. याचे कारण म्हणजे संरक्षण, अवकाश

संशोधन इत्यादींसारख्या कार्यात्मक जबाबदाऱ्यांमुळे त्याच्या खर्चाची आवश्यकता त्याच्या महसुली संसाधनांच्या तुलनेत नेहमीच जास्त असते. काही कार्ये राष्ट्रीय हितासाठी अधिक प्रमाणात पार पाडणे आवश्यक असल्याने त्यास अधिक महसूल अधिकार दिले जातात.

राज्यांच्या संबंधित खर्चाच्या वचनबद्धतेच्या तुलनेत महसूल संसाधने अपुरी असल्याने राजकोषीय असमतोल निर्माण होतो. संघराज्यातील राज्यांमधील महसूल संसाधने आणि खर्चाच्या गरजा यांच्यातील भिन्नता म्हणजे राजकोषीय असमतोल होय. उभा आणि आडवा राजकोषीय असमतोल हे दोन प्रकारचे राजकोषीय असमतोल आहेत जे सरकारच्या खर्चावर आणि महसुलावर परिणाम करू शकतात.

१) उभा किंवा ऊर्ध्व किंवा भिन्नस्तर राजकोषीय असमतोल (Vertical Fiscal Imbalance) :

उभा राजकोषीय असमतोल हा सरकारच्या दोन स्तरांमध्ये (केंद्र आणि राज्ये) मोजला जाणारा राजकोषीय असमतोल आहे.(Vertical Fiscal Imbalance is the fiscal imbalance measured between the two levels of government (Center and States or Provinces).

केंद्र सरकारची महसुली संसाधने व खर्च वचनबद्धता आणि राज्य सरकारांची एकत्रित यांच्यातील तफावतीमुळे निर्माण होणाऱ्या राजकोषीय असमतोलास उभा राजकोषीय असमतोल म्हणतात.

वेगवेगळ्या सरकारी स्तरांवरील महसूल जेव्हा खर्चाशी जुळत नाही तेव्हा उभा राजकोषीय असमतोल निर्माण होतो. देशाच्या विविध प्रदेशांच्या खर्चाशी महसूल जुळत नाही तेव्हा आडवा राजकोषीय असमतोल निर्माण होतो. उभा राजकोषीय असमतोल अशा परिस्थितीचे वर्णन करतो की ज्यामध्ये सरकारच्या विविध स्तरांसाठीचा महसूल खर्चाशी जुळत नाही. (vertical fiscal imbalance describes a situation in which revenues do not match expenditures for different levels of government.) कोणत्याही देशाच्या विकासाची स्थिती कोणतीही असली तरी संघीय सरकारांच्या बाबतीत उभा राजकोषीय असमतोल असणे स्वाभाविक आहे.

२) आडवा किंवा क्षेत्रीय किंवा समस्तर राजकोषीय असमतोल (Horizontal Fiscal Imbalance) :

आडवा राजकोषीय असमतोल हा समान पातळीवरील सरकारांमधील मोजला जाणारा राजकोषीय असमतोल आहे. (Horizontal Fiscal imbalance is the fiscal imbalance measured between the governments at the same level) जेव्हा राजकोषीय असमतोल एकाच पातळीवरील सरकार दरम्यान मोजला जातो तेव्हा त्याला आडवा राजकोषीय असमतोल म्हणतात. या असमतोलाला प्रादेशिक असमानता असेही म्हणतात.

संघीय रचनेतील विविध राज्य सरकारांची महसूल निर्मिती क्षमता/कार्यक्षमता आणि त्यांच्या संबंधित खर्चाची जबाबदारी यातील असमानतेमुळे आडवा राजकोषीय असमतोल उद्भवतो. महसूल अधिकार आणि खर्चाच्या जबाबदाऱ्या एकसमान असल्या तरीही, नैसर्गिक संसाधनांच्या देणगी (किंवा उपलब्धता) मधील फरकांमुळे या प्रकारचा राजकोषीय असमतोल उद्भवतो. अशा प्रकारे, आडवा राजकोषीय असमतोल देखील सर्व देशांतील संघराज्यांमध्ये त्यांच्या विकासाची स्थिती विचारात न घेता अस्तित्वात आहे.

उभा आणि आडवा असमतोल ही बहुतेक संघराज्याची सामान्य वैशिष्ट्ये आहेत आणि भारतही त्याला अपवाद नाही. देशाला शक्य तितक्या प्रमाणात अंतर्गत अडथळ्यांपासून बाधित नसलेले एक समान आर्थिक स्थान बनवण्यासाठी राज्यघटनेने केंद्राला देशव्यापी आधारासह कर नियुक्त केले. लोकांशी जवळीक साधणारी आणि

स्थानिक गरजांप्रती अधिक संवेदनशील असलेल्या राज्यांना त्यांच्या नियुक्त केलेल्या कमाईच्या स्त्रोतांच्या अप्रमाणात खर्चाचा समावेश असलेल्या कार्यात्मक जबाबदाऱ्या नियुक्त केल्या आहेत, ज्यामुळे उभा असमतोल निर्माण होतो. राज्यांमध्ये आडवा असमतोल ऐतिहासिक पार्श्वभूमी, संसाधनांची भिन्नता आणि संसाधने उभारण्याची क्षमता यासारख्या कारणांमुळे आहे. इतर संघराज्याप्रमाणेच, भारतीय राज्यांमधील विकासाच्या पातळीतील फरक खूप तीव्र आहे.

भारतात वित्तीय साधनसामग्रीच्या विभागणीच्या बाबतीत फार मोठ्या प्रमाणात असमतोल आहे. वित्तीय साधनसामग्रीच्या विभागणीच्या बाबतीत केंद्र व राज्य सरकारे यांच्यात मोठ्या प्रमाणात असमतोल आहे ज्याचा उल्लेख उभा किंवा ऊर्ध्व किंवा भिन्न स्तर असमतोल (Vertical Imbalance) असा केला जातो. तसेच राज्याराज्याच्या बाबतीत वित्तीय साधनसामग्रीच्या विभागणीत असमतोल आहे हा आडवा किंवा क्षेत्रीय किंवा समस्तर असमतोल (Horizontal Imbalance) आहे.

राज्य सरकारच्या तुलनेत केंद्र सरकारला अधिक लवचीक स्वरुपाचे महसुलाचे स्त्रोत देण्यात आलेले आहेत. त्यामुळे राज्य सरकारांच्या तुलनेत केंद्र सरकारला आपल्या गरजेनुसार उत्पन्नात वाढ करणे अधिक सोपे आहे. केंद्र सरकारच्या महसुलात राज्य सरकारांच्या तुलनेत अधिक वेगाने वाढ होत आहे.केंद्र सरकारला आपल्या जबाबदाऱ्या पार पाडण्यासाठी आवश्यक असलेला निधी उपलब्ध होण्यात अडचण येत नाही. मात्र, राज्य सरकारांना असा निधी वाढविण्यात अडचण येत आहे.

राज्य सरकारच्या जबाबदाऱ्यांमध्ये दिवसेंदिवस मोठ्या प्रमाणात वाढ होत आहे.त्यामुळे राज्य सरकारच्या वित्तीय गरजात वेगाने वाढ होत आहे. मात्र त्यांना उपलब्ध असलेले वित्तीय स्त्रोत फारसे लवचीक नसल्याने त्यांना आवश्यक वित्तीय साधनसामग्री उभारण्यात अडचणी येतात. त्यामुळे राज्य सरकारांना आपल्या जबाबदाऱ्या समर्थपणे पार पाडता येत नाहीत.

साहाय्यक अनुदानाची व्यवस्था ही असा वित्तीय असमतोल दूर करण्याच्या बाबतीत फारशी उपयोगाची नाही. राज्यांची वित्तीय साधनसामग्रीची स्थिती सुधारण्यात अशी साहाय्यक अनुदाने फारशी महत्त्वपूर्ण भूमिका बजावू शकत नाहीत. साहाय्यक अनुदानाची व्यवस्था राज्यांची साधनसामग्रीची स्थिती बदलवू शकत नाही.

साहाय्यक अनुदानाची व्यवस्था आवश्यकतेवर आधारित असून वित्तीय कामगिरी व शिस्त याकडे दुर्लक्ष झालेले आहे. त्यामुळे ज्या राज्यांची वित्तीय कामगिरी चांगली आहे त्यांना साहाय्यक अनुदाने मिळत नाही, किंवा कमी मिळतात. तर वित्तीय शिस्त चांगली नसलेल्या राज्यांना साहाय्यक अनुदाने अधिक प्रमाणात मिळतात. राज्याराज्यातील वित्तीय साधनसामग्रीच्या बाबतीत असमतोल दिसून येतो. साहाय्यक अनुदानाची व्यवस्था राज्यांना गरजेच्या वेळी मदत करून प्रादेशिक असमतोल दूर करण्याच्या बाबतीत मदत करीत असली तरी त्यामुळे अशी अनुदाने मिळणारी राज्ये अधिक महसूल उभारण्याच्या बाबतीत उदासीन असतात. शेती उत्पन्नावर कर आकारण्यास राज्ये तयार नाहीत. तसेच जलसिंचन, पाणी, वीज, वगैरेंच्या बाबतीतील दर योग्य प्रकारे आकारण्यासही ते तयार नाहीत.

उभ्या आणि आडव्या असमतोलांना स्पष्टपणे ओळखून, केंद्राकडून राज्यांना संसाधनांच्या स्थानांतरणाद्वारे त्यांचे निराकरण करण्यासाठी भारतीय संविधानात सक्षम आणि अनिवार्य तरतुदी आहेत.

३.३ केंद्र आणि राज्यात कराची विभागणी (Distribution of Tax in Centre and State) :

भारताच्या घटनेने केंद्र व राज्य सरकारे यांच्यात वित्तीय सत्तेची स्पष्टपणे विभागणी केली आहे. घटनेनुसार करण्यात आलेली ही विभागणी पुढीलप्रमाणे स्पष्ट करता येईल.

घटनेच्या सातव्या अनुसूचीतील पहिल्या यादीत केंद्र सरकार जे कर आकारू शकते त्यांची माहिती दिली आहे. यात शेतीतील उत्पन्नाव्यतिरिक्तच्या उत्पन्नावरील कर, महामंडळ कर, आयात व निर्यात कर, उत्पादन कर, मालमत्ता कर, स्टॅम्प ड्यूटी, शेअर बाजार व भावी बाजार यातील व्यवहारावरील कर, वर्तमानपत्राची खरेदी–विक्री व त्यातील जाहिरातीवरील कर वगैरेंचा समावेश होतो. केंद्र सरकारकडून आकारण्यात येणाऱ्या करांचे पुढील चार प्रकारांत वर्गीकरण केले जाते.

अ) केंद्र सरकारकडून आकारण्यात व गोळा करण्यात येतात आणि केंद्र सरकारलाच त्याचे संपूर्ण उत्पन्न मिळते असे कर.

ब) केंद्र सरकारकडून आकारण्यात व वसूल करण्यात येतात आणि मिळणारे उत्पन्न केंद्र व राज्य यात विभागले जाते असे कर.

क) केंद्र सरकारकडून आकारण्यात व वसूल करण्यात येतात आणि करापासून मिळणारे उत्पन्न राज्यांमध्ये विभागून दिले जाते असे कर.

ड) करांची आकारणी केंद्र सरकार करते व राज्य सरकारे वसूल करतात व मिळालेले उत्पन्न राज्यांना वाटले जाते असे कर.

राज्य सरकारच्या कार्यक्षेत्रातील कर :

भारतीय घटनेच्या सातव्या अनुसूचीतील अकराव्या यादीत राज्य सरकारांच्या कार्यक्षेत्रातील करांची माहिती दिली आहे हे कर आकारण्याचा व वसूल करण्याचा अधिकार राज्यांना असतो. जमीन महसूल, शेती उत्पन्नावरील कर, वर्तमानपत्राव्यतिरिक्त इतर वस्तूंच्या खरेदी–विक्रीवरील कर, शेतजमिनीवरील मालमत्ता व वारसा कर, विजेचा उपभोग व विक्री यावरील कर, वित्तीय दस्तऐवजाव्यतिरिक्त स्टॅम्प ड्यूटी अशा काही करांचा यात समावेश होतो. राज्य सरकारच्या कार्यकक्षेतील करांपासून मिळणाऱ्या उत्पन्नाव्यतिरिक्त राज्यांना केंद्र सरकारच्या करातील वाटा मिळतो. तसेच अनुदानेही मिळतात.

३.४ घटनात्मक तरतुदी, वित्त आयोग आणि नियोजन आयोग (निती आयोग), पंधराव्या वित्त आयोगाच्या शिफारसी (Constitutional provisions; Finance Commission and Planning Commission (NITI Ayog), Recommendation of 15th Finance Commission) :

घटनात्मक तरतुदी, वित्त आयोग आणि नियोजन आयोग (निती आयोग) आणि पंधराव्या वित्त आयोगाच्या शिफारसी याविषयी माहिती पुढे दिली आहे.

३.४.१ घटनात्मक तरतुदी (Constitutional provisions) :

भारतीय राज्यघटनेत केंद्राचे अधिकार, राज्यांचे अधिकार आणि समवर्ती अधिकार, म्हणजे केंद्र व राज्ये यांना असलेले संयुक्त अधिकार स्पष्ट केलेले आहेत. काही कार्ये फक्त केंद्राकडे, काही कार्ये फक्त राज्यांकडे आणि काही

कार्ये केंद्र आणि राज्ये यांच्याकडे संयुक्तपणे दिलेली आहेत. केंद्र, राज्ये आणि समवर्ती सूचित नसलेली इतर सर्व कार्ये केंद्राच्या अखत्यारीत आहेत.

केंद्र सरकारकडे सोपविलेल्या कार्यात सुमारे ९७ विषयांचा समावेश आहे. यात समाविष्ट विषयात संरक्षण, अणुऊर्जा, संरक्षण उद्योग, विदेशी व्यवहार, नागरिकत्व, रेल्वे, राष्ट्रीय महामार्ग, हवाईमार्ग, पोस्ट व तार, चलन आणि परकीय चलन, विदेशी कर्ज, परकीय आणि आंतर-राज्य व्यापार, राष्ट्राच्या दृष्टीने महत्त्वाचे उद्योग व संस्था वगैरेंचा समावेश होतो.

राज्य सरकारांकडे सोपविलेल्या कार्यात सुमारे ६६ विषयांचा समावेश आहे. यात सार्वजनिक सुव्यवस्था, पोलीस, न्याय प्रशासन, सार्वजनिक आरोग्य, शिक्षण, शेती, जंगल, मासेमारी, इतर उद्योग वगैरेंचा समावेश होतो.

समवर्ती सूचित सुमारे ५७ विषय असून ते केंद्र व राज्य या दोन्हींच्याही अखत्यारीत येतात. यात व्यापारी व औद्योगिक मक्तेदारी, कामगार कलह, सामाजिक सुरक्षितता, लग्न, घटस्फोट यासारखे सामाजिक कायदे, आर्थिक व सामाजिक नियोजन यांचा समावेश होतो.

३.४.२ वित्त आयोग आणि नियोजन आयोग (निती आयोग)(Finance Commission and Planning Commission (NITI Ayog) :

भारताने संघराज्य पद्धती स्वीकारलेली आहे. केंद्र सरकार व घटक राज्य सरकारे यांच्यातील वित्तीय सत्ता समतोलासाठी घटनेत तरतूद केलेली आहे. केंद्र व घटक राज्य सरकारे यांच्यात वित्तीय साधनसामग्रीचे योग्य वाटप होण्यासाठी वित्त आयोगाची नेमणूक केली जाते. स्वातंत्र्योत्तर काळात भारतात नियोजनाची सुरुवात झाली. देशाच्या आर्थिक विकासासाठी योजनेची आखणी करण्यासाठी नियोजन आयोगाची स्थापना केली.

वित्त आयोग व नियोजन आयोग यात काही महत्त्वाचा फरक आहे. भारतीय राज्य घटनेतील कलम २८० नुसार राष्ट्रपती दर पाच वर्षांनी वित्त आयोगाची नेमणूक करतात. वित्त आयोगाच्या स्थापनेला अशा प्रकारे घटनात्मक आधार आहे. नियोजन आयोगाच्या स्थापनेला मात्र असा घटनात्मक आधार नाही. वित्त आयोग हे वैधानिक मंडळ होय, तर नियोजन आयोग हे बिगरवैधानिक मंडळ होय. नियोजन आयोग हे कायम स्वरूपाचे मंडळ असून, त्यांचे सदस्य पूर्ण वेळ सरकारी कर्मचारी म्हणून काम करतात. तसे वित्त आयोगांच्या सदस्यांचे नसते. वित्त आयोगाच्या माध्यमातून बिगर योजना वित्तीय साधनसामग्रीचे केंद्र सरकारकडून घटक राज्य सरकारांकडे स्थानांतर केले जाते. नियोजन आयोगाकडूनही वित्तीय साधनसामग्रीचे स्थानांतर होते. मात्र, हे हस्तांतर योजना वित्तीय साधनसामग्रीचे केंद्र सरकारकडून घटक राज्य सरकारांकडे होणारे स्थानांतर होय.

वित्त आयोगाच्या शिफारशी या निर्णय या स्वरूपात असतात व केंद्र सरकारला त्या स्वीकाराव्या लागतात. मात्र, नियोजन आयोगाकडून होणारे निधीचे हस्तांतर सक्तीचे नसते. नियोजन आयोग हे केंद्र सरकारचे एक साधन आहे. वित्त आयोग हे केंद्र सरकारच्या हातातील साधन नाही. वित्त आयोगास घटनेनुसार अधिकार मिळालेले आहेत. केंद्र सरकारने वित्त आयोगाच्या अनेक शिफारशी स्वीकारलेल्या आहेत. वित्त आयोग व नियोजन आयोग या दोन्हीकडून वित्तीय साधनसामग्रीचे केंद्र सरकारकडून घटक राज्य सरकारांकडे स्थानांतर होते. योजना व बिगर योजना अशा दोन स्वरूपात, दोन वेगवेगळ्या आयोगाकडून स्थानांतर होते. या दोन आयोगांच्या कार्यात समन्वय राखला जाण्याची आवश्यकता आहे.

३.४.३ पंधराव्या वित्त आयोगाच्या शिफारसी (Recommendation of 15th Finance Commission) :

पंधरावा वित्त आयोग नोव्हेंबर २०१७ मध्ये स्थापन केला. श्री. नंद किशोर सिंह अध्यक्ष असलेल्या या आयोगास दोन अहवाल सादर करणे आवश्यक होते. २०२०–२१ या आर्थिक वर्षाच्या शिफारशींचा पहिला अहवाल फेब्रुवारी २०२० मध्ये संसदेत सादर करण्यात आला होता. २०२१–२६ या काळातील शिफारशींचा अंतिम अहवाल १ फेब्रुवारी, २०२१ रोजी संसदेत मांडण्यात आला. २०२१–२६ साठीच्या अहवालातील प्रमुख शिफारशी पुढीलप्रमाणे आहेत.

अ) केंद्रीय करांमध्ये राज्यांचा वाटा (Share of states in central taxes) :

पंधराव्या वित्त आयोगाने २०२०–२१ प्रमाणेच २०२१–२६ या कालावधीत केंद्रीय करांमध्ये राज्यांचा वाटा ४१ टक्के असावा अशी शिफारस केली आहे. चौदाव्या वित्त आयोगाने २०१५–२० या कालावधीसाठी शिफारस केलेल्या ४२ टक्के या वाट्यापेक्षा तो कमी आहे.

ब) केंद्रिय करांमध्ये राज्याचा वाटा निश्चित करण्यासाठी निकष :

केंद्रिय करांमध्ये प्रत्येक राज्याचा वाटा निश्चित करण्यासाठी आयोगाने वापरलेले निकष (Criteria for devolution) आणि प्रत्येक निकषांकरिता दिलेला भार (weight) तक्ता ४.१ मध्ये दर्शविला आहे. २०२१–२६ या कालावधीसाठी राज्यांमध्ये केंद्रीय करांचे वितरण करण्यासाठीचे निकष २०२०–२१ प्रमाणेच आहेत. मात्र, उत्पन्नाचे अंतर आणि कर प्रयत्न यांची गणना करण्याचा संदर्भ कालावधी भिन्न आहे (२०२०–२१ करिता २०१५–१८ आणि २०२१–२६ साठी २०१६–१९). तक्ता ३.१ मध्ये केंद्रिय करांमध्ये प्रत्येक राज्याचा वाटा निश्चित करण्यासाठी चौदाव्या आणि पंधराव्या आयोगाने वापरलेले निकष दिलेले आहेत.

तक्ता ३.१ : केंद्रिय करांमध्ये राज्याचा वाटा निश्चित करण्यासाठी निकष

निकष (Criteria)	चौदावा वित्त आयोग (२०१५–२०)	पंधरावा वित्त आयोग (२०२०–२१)	पंधरावा वित्त आयोग (२०२१–२६)
उत्पन्न आंतर (Income Distance)	५०.०	४५.०	४५.०
क्षेत्र (Area)	१५.०	१५.०	१५.०
लोकसंख्या (१९७१) (Population -1971)	१७.५		
लोकसंख्या (२०११) (Population-2011)	१०.०	१५.०	१५.०
लोकसंख्या कामगिरी (Demographic Performance)	–	१२.५	१२.५
वनक्षेत्र (Forest Cover)	७.५	–	–
वन आणि परिस्थितीकी (Forest and Ecology)	–	१०.०	१०.०
कर आणि राजकोषीय प्रयत्न (Tax and fiscal efforts)*	-	२.५	२.५
एकूण	१००	१००	१००

स्रोत : https://prsindia.org/policy/report-summaries/report-15th-finance-commission-2021-26

१) उत्पन्न अंतर (Income distance) :

उत्पन्न अंतर म्हणजे राज्याचे उत्पन्न आणि सर्वात जास्त उत्पन्न असलेल्या राज्यातील उत्पन्न यामधील अंतर होय. २०१६-१७ ते २०१८-१९ या तीन वर्षांच्या कालावधीत सरासरी दरडोई स्थूल राज्य देशांतर्गत उत्पादन म्हणून राज्याचे उत्पन्न मोजले गेले आहे. राज्यांमध्ये समन्याय राखण्यासाठी दरडोई उत्पन्न कमी असलेल्या राज्यांना जास्त वाटा असेल.

२) लोकसंख्या कामगिरी (Demographic performance) :

आयोगास शिफारसी करताना विचारार्थ ठेवलेल्या विषयानुसार (Terms of Reference) २०११ मधील लोकसंख्या आकडेवारी वापरणे आवश्यक होते. त्यानुसार आयोगाने आपल्या शिफारशींसाठी २०११ च्या लोकसंख्येची आकडेवारी वापरली. लोकसंख्या कामगिरीचा निकष राज्यांच्या लोकसंख्या नियंत्रित करण्याच्या प्रयत्नांना पुरस्कृत करण्यासाठी वापरला गेला आहे. कमी जननक्षमता प्रमाण (fertility ratio) असलेली राज्ये या निकषांवर उच्च गुण मिळवतील.

३) वन आणि परिस्थितीकी (Forest and ecology) :

सर्व राज्यांच्या एकूण घनदाट वनात किंवा जंगलात (dense forest) प्रत्येक राज्यातील घनदाट वनाचा किंवा जंगलाचा वाटा मोजून हा निकष गाठला आहे.

४) कर आणि राजकोषीय प्रयत्न (Tax and fiscal efforts) :

हा निकष उच्च कर संकलन कार्यक्षमतेसह राज्यांना पुरस्कृत करण्यासाठी वापरला गेला आहे. २०१६-१७ ते २०१८-१९ या तीन वर्षातील सरासरी दरडोई स्वीय कर महसूल (average per capita own tax revenue) आणि सरासरी दरडोई राज्य स्थूल देशांतर्गत उत्पादन याचे प्रमाण म्हणून हे मोजले जाते.

क) अनुदान (Grants) :

२०२१-२६ या कालावधीत, केंद्राच्या संसाधनांमधून पुढील अनुदान दिले जाईल.

१) महसूली तूट अनुदान (Revenue deficit grants):

१७ राज्यांना महसूली तूट दूर करण्यासाठी २.९ लाख कोटी रुपयांचे अनुदान मिळणार आहे.

२) क्षेत्र-विशिष्ट अनुदान (Sector-specific grants):

राज्यांना **i)** आरोग्य, **ii)** शालेय शिक्षण, **iii)** उच्च शिक्षण, **iv)** कृषी सुधारणेची अंमलबजावणी, **v)** प्रधानमंत्री ग्राम सडक योजना रस्त्यांची देखभाल, **vi)** न्यायपालिका, **vii)** सांख्यिकी आणि **viii)** महत्वाकांक्षी जिल्हा व गट या आठ क्षेत्रांसाठी १.३ लाख कोटी रुपयांचे अनुदान दिले जाईल. या अनुदानाचा एक भाग कामगिरीशी निगडित असेल.

३) राज्य-विशिष्ट अनुदान (State-specific grants) :

आयोगाने ४९,५९९ कोटी रुपयांच्या राज्य-विशिष्ट अनुदानाची शिफारस केली. हे **i)** सामाजिक गरजा, **ii)** प्रशासकीय कारभार व पायाभूत सुविधा, **iii)** पाणी व स्वच्छता, **(iv)** संस्कृतीचे जतन व ऐतिहासिक

वास्तू, **v)** महाग भौतिक पायाभूत सुविधा आणि **vi)** पर्यटन या क्षेत्रांसाठी असेल. राज्य-विशिष्ट व क्षेत्र-विशिष्ट अनुदान वापराचा आढावा घेण्यासाठी आणि देखरेखीसाठी आयोगाने राज्यस्तरीय उच्चस्तरीय (high-level committee at state-level) समितीची शिफारस केली.

४) स्थानिक स्वराज्य संस्थांना अनुदान (Grants to local bodies):

स्थानिक स्वराज्य संस्थांना **i)** ग्रामीण स्थानिक स्वराज्य संस्थांसाठी २.४ लाख कोटी रुपये, **ii)** शहरी स्थानिक संस्थांसाठी १.२ लाख कोटी रुपये आणि **iii)** स्थानिक सरकारच्या माध्यमातून आरोग्य अनुदानासाठी ७०,०५१ कोटी रुपये यासह एकूण अनुदान ४.३६ लाख कोटी रुपये असेल (अनुदानाचा एक भाग कामगिरीशी निगडित). स्थानिक स्वराज्य संस्थांना अनुदान पंचायत-गाव, गट (block) आणि जिल्हा या तिन्ही स्तरांवर उपलब्ध करुन देण्यात येईल. स्थानिक स्वराज्य संस्थांना अनुदान (आरोग्य अनुदान व्यतिरिक्त) लोकसंख्या आणि क्षेत्र या आधारावर अनुक्रमे ९० टक्के आणि १० टक्के भारासह (weightage,) राज्यांमध्ये वितरित केले जाईल.

५) आपत्ती जोखीम व्यवस्थापन (Disaster risk management) :

आपत्ती व्यवस्थापन निधीसाठी केंद्र आणि राज्ये यांच्यातील विद्यमान खर्च-वाटणीची पद्धती कायम ठेवण्याची शिफारस आयोगाने केली. केंद्र आणि राज्ये यांच्यात खर्च-वाटणीची पध्दती **i)** ईशान्य किंवा उत्तर-पूर्व आणि हिमालयीन राज्यांसाठी ९०:१० आणि **ii)** इतर सर्व राज्यांसाठी ७५:२५ अशी आहे. राज्य आपत्ती व्यवस्थापन निधीमध्ये मूलनिधी (corpus) १.६ लाख कोटी रुपये (केंद्राचा वाटा १.२ लाख कोटी रुपये) असेल.

ड) राजकोषीय रोडमॅप (Fiscal roadmap):

राजकोषीय रोडमॅप पुढीलप्रमाणे :

१) राजकोषीय तूट आणि कर्जाची पातळी (Fiscal deficit and debt levels):

आयोगाने सूचित केले की केंद्राने २०२५-२६ पर्यंत राजकोषीय तूट स्थूल देशांतर्गत उत्पादनाच्या ४ टक्क्यांपर्यंत खाली आणावी. राज्यांसाठी, त्यांनी **i)** २०२०-२१ मध्ये स्थूल देशांतर्गत उत्पादनाच्या ४ टक्के, **ii)** २०२२-२३ मध्ये स्थूल देशांतर्गत उत्पादनाच्या ३.५ टक्के आणि **iii)** २०२३-२६ या काळात स्थूल देशांतर्गत उत्पादनाच्या ३ टक्के राजकोषीय तूट मर्यादेची शिफारस केली. जर राज्य पहिल्या चार वर्षात (२०२१-२५) निर्दिष्ट केलेल्या मंजूर कर्ज घेण्याच्या मर्यादेचा संपूर्णपणे वापर करू शकले नाही तर त्यापुढील वर्षांत (२०२१-२६ या कालावधीत) न वापरलेली कर्जाची रक्कम (रूपयात मोजलेली) मिळू शकते.

राज्यांमध्ये वीज क्षेत्रातील सुधारणा हाती घेतल्यास पहिल्या चार वर्षात (२०२१-२५) स्थूल राज्य देशांतर्गत उत्पादनाच्या ०.५ टक्के अतिरिक्त वार्षिक कर्ज घेण्यास अनुमती दिली जाईल.

२) महसूल संघटित करून कामी लावणे (Revenue mobilisation) :

उत्पन्न आणि मालमत्ता-आधारित कर आकारणी अधिक बळकट केली पाहिजे. पगाराच्या उत्पन्नावरील आयकरावर असलेले अत्यधिक अवलंबित्व कमी करण्यासाठी कर वजावट व स्त्रोत संकलन (TDS/TCS) संबंधित तरतुदींची व्याप्ती वाढवावी. राज्यस्तरावर मुद्रांक शुल्क आणि नोंदणी शुल्क या बाबतीत न वापरलेली क्षमता आहे. संगणकीकृत मालमत्ता नोंदी व्यवहारांच्या नोंदणीसह एकत्रित केल्या पाहिजेत आणि मालमत्तांचे बाजार मूल्य हस्तगत केले जावे.

३) जीएसटी (GST) :

१२ टक्के आणि १८ टक्के दर विलीन करून दर रचना तर्कसंगत केली पाहिजे. जीएसटी आधाराचा विस्तार करण्यासाठी आणि अनुपालन (compliance) सुनिश्चित करण्यासाठी राज्यांनी क्षेत्ररित्या प्रयत्न (field efforts) करणे आवश्यक आहे.

४) वित्तीय व्यवस्थापन पद्धती (Financial management practices) :

सार्वजनिक वित्तीय व्यवस्थापनासाठी एक व्यापक चौकट विकसित केली जावी. केंद्र तसेच राज्यांकडील नोंदींचे आकलन करण्याच्या अधिकारासह एक स्वतंत्र राजकोषीय परिषद स्थापन केली पाहिजे. परिषदेची भूमिका केवळ सल्लागाराची असेल.

केंद्र आणि राज्य या दोन्हींनी समग्रलक्षी आर्थिक आणि राजकोषीय अंदाजातील अचूकता आणि सुसंगतता सुधारण्यासाठी प्रयत्न केले पाहिजेत. केंद्राच्या कायद्याशी सुसंगतता सुनिश्चित करण्यासाठी राज्यांनी विशेषतः कर्जाच्या व्याख्येसह, त्यांच्या राजकोषीय उत्तरदायित्व कायद्यात सुधारणा केली पाहिजे.

ई) इतर शिफारशी (Other recommendations) :

इतर शिफारशी पुढीलप्रमाणे.

१) आरोग्य (Health) :

राज्यांनी २०२२ पर्यंत आरोग्यावरील खर्च अर्थसंकल्पाच्या ८ टक्क्यांपेक्षा जास्त वाढवावा. प्राथमिक आरोग्य सेवा खर्च २०२२ पर्यंत एकूण आरोग्य खर्चाच्या दोन तृतीयांश असावा. आरोग्याच्या बाबतीतील केंद्र पुरस्कृत योजना (CSS) राज्यांना अनुकूल आणि नाविन्यपूर्ण करण्याच्या दृष्टीने पुरेशा लवचिक असाव्यात.

२) संरक्षण आणि अंतर्गत सुरक्षेसाठी वित्तपुरवठा (Funding of defence and internal security) :

प्रामुख्याने संरक्षण आणि अंतर्गत सुरक्षेच्या बाबीतीतील भांडवली खर्चासाठीची अर्थसंकल्पीय आवश्यकता आणि वाटप यांच्यातील अंतर कमी करण्यासाठी मॉडर्नायझेशन फंड फॉर डिफेन्स अँड इंटर्नल सिक्युरिटी या नावाचा निधी तयार करावा. या निधीत पाच वर्षात (२०२१-२६) सुमारे २.४ लाख कोटी रुपयांचा मूलनिधी असावा. त्यापैकी १.५ लाख कोटी रुपये भारतीय संकलित निधीतून हस्तांतरित केले जातील. उर्वरित रक्कम संरक्षण सार्वजनिक क्षेत्रातील उपक्रमांची निर्गुंतवणूक आणि संरक्षण जमीनीचे पैसाकरण (monetization of defence lands) यासारख्या उपाययोजनांद्वारे निर्माण केली जाईल.

३) केंद्र पुरस्कृत योजना (Centrally-sponsored schemes - CSS) :

केंद्र पुरस्कृत योजनांना वार्षिक वाटपासाठी एक उंबरठा निश्चित केला जावा, ज्याच्या खाली केंद्र पुरस्कृत योजनासाठी दिलेला निधी थांबला पाहिजे. सर्व केंद्र पुरस्कृत योजनाचे त्रयस्थ-पक्ष (Third-party) मूल्यांकन एका निश्चित कालावधीत पूर्ण केले जावे. वित्तपुरवठा आकृतिबंध (Funding pattern) पारदर्शक पद्धतीने आगाऊ निश्चित केला पाहिजे आणि तो स्थिर ठेवला पाहिजे.

३.५ केंद्राकडून राज्यांमध्ये संसाधन स्थानांतर–संसाधनांच्या स्थानांतरासाठी निकष (Resource transfer from Union to States-Criteria for Transfer of Resources) :

राज्यांना त्यांच्या स्वत:च्या वित्तीय साधनांपासून उत्पन्न मिळते. त्याचबरोबर केंद्र सरकारकडूनही स्थानांतराच्या मार्गाने राज्यांना वित्तीय साधनसामग्री मिळते. ही साधनसामग्री म्हणजे राज्याच्या उत्पन्नाचा महत्त्वपूर्ण हिस्सा होय. केंद्र सरकारकडून घटक राज्य सरकारांकडे साधनसामग्रीचे जे स्थानांतर होते ते तीन प्रकारचे असते आणि तीन वेगवेगळ्या मार्गाद्वारे असे स्थानांतर घडून येते.

अ) केंद्र सरकारकडून घटक राज्य सरकारकडे सामधनसामग्रीचे स्थानांतर :

काही केंद्रीय करांपासून मिळणाऱ्या उत्पन्नातील राज्यांना मिळणाऱ्या हिश्याच्या रूपाने होणारे स्थानांतर हे पहिल्या प्रकारचे स्थानांतर होय. भारत सरकार घटक राज्य सरकारांना साहाय्यक अनुदाने व कर्जे देते यातूनही साधनसामग्रीचे स्थानांतर राज्याकडे होते. तिसऱ्या प्रकारचे स्थानांतर हे नियोजन आयोगाच्या मार्फत होते. योजना प्रकल्पासाठी 'योजना अनुदाने' राज्यांना दिली जातात.

१) केंद्र सरकारच्या करातील हिस्सा :

प्राप्तीकर, शेतजमिनी व्यतिरिक्त मालमत्ता कर, शेतजमिनी व्यतिरिक्त इतर संपत्तीवरील कर, उत्पादन शुल्क अशा केंद्रीय करांपासून मिळणाऱ्या उत्पन्नापैकी काही भाग राज्यांना द्यावा लागतो. अशा राज्यांना हिस्सा मिळणाऱ्या करांपासून साधनसामग्रीचे राज्याकडे स्थानांतर होते. राज्यांना हिस्सा मिळणाऱ्या केंद्रीय कराच्या रूपात नियोजन काळात मोठ्या प्रमाणात वित्तीय साधनसामग्रीचे स्थानांतर झालेले आहे.

२) साहाय्यक अनुदाने :

केंद्रीय करात मिळणाऱ्या हिशश्याव्यतिरिक्त साहाय्यक अनुदानाच्या रूपाने वित्तीय साधनसामग्रीचे केंद्र सरकारकडून घटक राज्य सरकारांकडे स्थानांतर घडून येते. घटक राज्य सरकारांना कल्याणकारी व विकासात्मक कार्ये पार पाडण्याकरिता त्यांच्याकडील साधनसामग्री पुरेशी पडत नाही, तेव्हा अशा वेळी केंद्र सरकारकडून घटक राज्यांना अनुदाने दिली जातात. ही अनुदाने तूट भरून काढण्यासाठी किंवा विशेष कार्यक्रम राबविण्यासाठी दिली जातात.

३) कर्जे :

घटक राज्यांना केंद्र सरकारकडून कर्ज मिळते. कर्जाच्या रूपाने केंद्र सरकारकडील वित्तीय साधनसामग्री राज्यांना उपलब्ध करून दिली जाते. राज्य सरकारांनी केंद्र सरकारकडून मोठ्या प्रमाणावर कर्जे घेतली आहेत. अशा कर्जाचा वापर विकासात्मक कार्यासाठी करावा लागणारा खर्च भागविण्यासाठी केला जातो. जलसिंचन, शेती विकास, औद्योगिक घरबांधणी अशा कारणासाठी कर्जाचा वापर केला जात असल्याचे दिसते.

ब) राज्याचा हिस्सा ठरविण्यासंबंधीचे निकष :

केंद्राकडून राज्यांना किती हिस्सा मिळेल हे कर व शुल्क आणि साहाय्यक अनुदाने यांच्यातील हिशशाच्या रूपाने किती रक्कम राज्यांना स्थानांतरित केली जाते आणि कोणत्या तत्त्वाच्या आधारे ही विभागणी केली जाते, यावर अवलंबून असते. या दोन गोष्टी प्रत्येक राज्याला वास्तविक किती हिस्सा मिळेल हे निश्चित करतात.

१) राज्याच्या वाढत्या वित्तीय गरजा :

केंद्र सरकारकडून राज्याकडे जे स्थानांतर होते किंवा साधनसामग्रीत जो राज्यांना हिस्सा दिला जातो त्या संदर्भात दोन गोष्टी महत्त्वाच्या आहेत. एक म्हणजे राज्यांना द्यावयाची एकूण रक्कम ठरविणे आणि दुसरी गोष्ट म्हणजे राज्यांना वाटावयाच्या रकमेतील प्रत्येक राज्यांचा हिस्सा ठरविणे ही होय. राज्यांना द्यावयाची एकूण रक्कम ठरविताना राज्यांची निधी उभारण्याची क्षमता यापेक्षाही राज्यांच्या वित्तीय गरजा हे विचारात घेतले जाणारे महत्त्वाचे तत्त्व होय. वित्त आयोगाकडून राज्यांच्या वित्तीय गरजा ठरविताना त्यांच्या महसुली अंदाजपत्रकातील फरकाच्या (Gap) मूल्यमापनाचा आधार घेतला जातो. या फरका संबंधीच्या एकूण अंदाजावरून एकूण किती साधनसामग्री राज्यांकडे स्थानांतरित केली जावी हे निश्चित केले जाते.

२) लोकसंख्येस मोठे महत्त्वप्रमाण :

राज्याराज्यांत वाटावयाच्या एकूण उत्पन्नाच्या रकमेची विभागणी हा दुसरा घटक आहे. प्राप्तीकरापासूनचा महसूल व केंद्रीय उत्पादन शुल्क या संदर्भात लोकसंख्येला मोठे महत्त्वप्रमाण (Weightage) दिले जाते. लोकसंख्येला दिलेल्या महत्त्वप्रमाणात वेगवेगळ्या आयोगांनी बदल केलेला आहे. लोकसंख्येला दिलेले महत्त्वप्रमाण हे प्राप्ती कराच्या बाबतीत सध्या ९० टक्के आहे. ते स्थूलमानाने ८० ते ९० च्या दरम्यान राहिलेले आहे.

केंद्रीय उत्पादन शुल्क (कर) याबाबत लोकसंख्येला दिलेले महत्त्वप्रमाण २५ टक्के ते ४० टक्के या दरम्यान राहिलेले आढळते. उर्वरित गोष्टींसाठी हे प्रमाण ७५ ते ९० टक्के या दरम्यान आहे.

केंद्रीय उत्पादन शुल्काच्या बाबतीत लोकसंख्येबरोबरच राज्याचे मागासपणा आणि राज्यांनी केलेली वसुली या घटकांचाही राज्यांना वाटावयाच्या रकमेतील राज्यांचा हिस्सा निश्चित करण्याच्या बाबतीत प्रभाव पडतो. विविध वित्त आयोगांनी वसुली व मागासपण याला १० ते २० टक्के महत्त्व प्रमाण दिलेले आहे.

उत्पादन शुल्काच्या रकमेच्या वाटपाबाबत सातव्या आयोगाच्या शिफारशी वेगळ्या असून, या आयोगाने मांडलेल्या निकषात लोकसंख्या, राज्याच्या दरडोई उत्पन्नाचे व्यस्त, राज्यातील गरीब लोकांचे प्रमाण व महसूल समानीकरणाचे तत्त्व या चार घटकांचा समावेश होतो.

राज्यांना केंद्रीय प्राप्तीकर व उत्पादन शुल्क यातील हिस्सा मिळाल्यानंतरही राहणारे उर्वरित अंतर हाही घटक साधनसामग्री स्थानांतराच्या बाबतीत महत्त्वाचा आहे. या घटकावर राज्यांना मिळणारी साहाय्यक अनुदाने ठरविली जातात. ज्या राज्यांना कराच्या माध्यमातून मिळणाऱ्या रकमेतून अर्थसंकल्पीय तूट भरून काढता येत नाही त्यांना साहाय्यक अनुदाने दिली जातात. या निकषाला 'उर्वरित अंतर'(Residual Gap) निकष असे म्हणतात.

अशाप्रकारे केंद्र व राज्य सरकारे यांच्यातील वित्तीय साधनसामग्रीच्या वाटणीबाबत पाच महत्त्वाची तत्त्वे प्रभाव पाडतात. यात महसुली खर्च व उत्पन्नातील फरक, लोकसंख्या, वसुली, मागासपणा आणि उर्वरित अंतर यांचा समावेश होतो.

घटनेनुसार वैयक्तिक प्राप्तीकर आकारण्याचा आणि वसूल करण्याचा अधिकार केंद्र सरकारला आहे. प्राप्तीकरापासून मिळणारे निव्वळ उत्पन्नाचे केंद्र आणि राज्य सरकारे यांच्यात वाटप केले जाते. वित्त आयोग प्राप्तीकरापासून मिळणाऱ्या रकमेतील राज्यांचा वाटा आणि एकूण वाटावयाची रक्कम कोणत्या तत्त्वांनुसार राज्यात वाटली जावी, याविषयी शिफाशी करतात.

प्राप्तीकरापासून मिळणाऱ्या निव्वळ उत्पन्नापैकी ५५ टक्के वाटा राज्यांना द्यावा, अशी पहिल्या वित्त आयोगाने शिफारस केली होती, तर दुसऱ्या वित्त आयोगाने राज्यांचा हिस्सा ६० टक्के केला. तिसऱ्या वित्त आयागाने ६६ टक्के, चौथ्या व पाचव्या वित्त आयोगाने ७५ टक्के आणि सहाव्या वित्त आयोगाने ८० टक्के हिस्सा राज्यांना द्यावा, अशी शिफारस केली होती. सातव्या, आठव्या व नवव्या वित्त आयोगाने राज्यांचा हिस्सा वाढवून तो ८५ टक्के असावा, अशी शिफारस केली होती. दहाव्या वित्त आयोगाने राज्यांचा हिस्सा कमी करून तो ७७.५ टक्के असावा, अशी शिफारस केली होती.

प्राप्तीकरातील राज्यांना द्यावयाच्या हिश्शाचे वाटप करताना कोणती तत्त्वे विचारात घ्यावीत, याविषयी विविध वित्त आयोगांनी शिफारशी केल्या आहेत. लोकसंख्या व वसुली या निकषांवर ही विभागणी करण्यासंबंधी शिफारशी केलेल्या आहेत. पहिल्या वित्त आयोगाने प्राप्तीकरातील राज्यांना द्यावयाच्या हिश्शाच्या ८० टक्के रक्कम लोसंख्येच्या आधारावर व २० टक्के रक्कम वसुलीच्या आधारे करण्यात यावी अशी शिफारस केली होती. दुसऱ्या वित्त आयोगाने लोकसंख्येला महत्त्व देऊन ९० टक्के रकमेचे लोकसंख्येनुसार व १० टक्के रकमेचे वाटप वसुलीनुसार करण्याची शिफारस केली. तिसऱ्या व चौथ्या आयोगाने पहिल्या वित्त आयोगाप्रमाणेच प्राप्तीकराच्या राज्याच्या हिश्शाचे वाटप ८० टक्के लोकसंख्येनुसार व २० टक्के वसुलीनुसार करण्याची शिफारस केली. पाचव्या वित्त आयोगापासून सातव्या वित्त आयोगापर्यंतच्या सर्व वित्त आयोगांची प्राप्तीकराच्या राज्याच्या हिश्शाच्या रकमेचे वाटप ९० टक्के लोकसंख्येच्या आधारावर व १० टक्के रकमेचे वाटप वसुलीच्या आधारावर केले जावे, अशी शिफारस केली आहे.

श्री. यशवंतराव चव्हाण यांच्या अध्यक्षतेखाली १९८२ मध्ये नेमलेल्या आठव्या वित्त आयोगाने प्राप्तीकराच्या राज्यांना द्यावयाच्या हिश्याच्या १० टक्के रकमेचे वाटप वसुलीच्या आधारावर करण्याची शिफारस केली, तर ९० टक्के रकमेचे वाटप करताना त्यापैकी २५ टक्के रकमेचे वाटप लोकसंख्येनुसार, २५ टक्के रकमेचे वाटप दरडोई उत्पन्नाचा व्यस्तांक आणि लोकसंख्या याच्या गुणाकाराच्या निकषानुसार आणि ५० टक्के रकमेचे वाटप सर्वात जास्त दरडोई उत्पन्न असलेल्या राज्याचे उत्पन्न (पंजाब) आणि घटक राज्यामधील फरकाला त्या राज्याच्या लोकसंख्येने गुणून त्यानुसार करण्यात यावे, अशी शिफारस केली. अशा प्रकारचे सूत्र वापरण्याचे कारण राज्याराज्यांत समानता आणणे हे होते.

नवव्या वित्त आयोगाने प्राप्तीकराच्या रकमेच्या हिश्शाच्या राज्याराज्यांतील वाटणीसंदर्भातील निकषात थोडा बदल करून एका नवीन निकषाची भर टाकली व हा निकष म्हणजे राज्याच्या मागासलेपणाचा संयुक्त निर्देशांक होय. दहाव्या वित्त आयोगाने आठव्या व नवव्या वित्तआयोगाच्या वाटणीसंदर्भातील सूत्राचे मूल्यमापन करून पुढील सूत्र किंवा निकष विचारात घेण्याची शिफारस केली.

अ) राज्यांना द्यावयाच्या रकमेच्या २० टक्के रकमेचे वाटप १९७१ मध्ये असलेल्या लोकसंख्येच्या आधारे केले जावे.

ब) ६० टक्के रकमेचे वाटप सर्वोच्च दरडोई उत्पन्न असलेल्या राज्याचे दरडोई उत्पन्न आणि त्या संबंधित राज्याचे दरडोई उत्पन्न त्यातील फरकाच्या आधारावर करण्यात यावे.

क) ५ टक्के रकमेचे वाटप सोयीनुसार करण्यात यावे.

ड) ५ टक्के रकमेचे वाटप संरचना निर्देशांकाच्या आधारावर केले जावे.

इ) १० टक्के रक्कम वसुलीच्या आधारावर दिली जावी.

क) केंद्रीय उत्पादन कराची विभागणी व वाटप :

घटक राज्यांना अधिक महसूल मिळण्यासाठी पहिल्या वित्त आयोगाने तंबाखू, काडीपेटी व वनस्पती उत्पादने या तीन वस्तूंवरील उत्पादन करापासूनच्या निव्वळ उत्पन्नापैकी ४० टक्के रक्कम राज्यांना द्यावी, अशी शिफारस केली. या रकमेपैकी ४० टक्के रकमेचे वाटप लोकसंख्येच्या आधारावर व ६० टक्के रक्कम मागासपणाच्या आधारावर घटक राज्यात वाटून द्यावी, अशी शिफारस केली. या आयोगाने निवडलेल्या या वस्तूंचा मोठ्या प्रमाणावर लोकांकडून उपभोग घेतला जात असल्याने सरकारला यापासून मोठ्या प्रमाणावर महसूल मिळतो. दुसऱ्या वित्त आयोगाने केंद्र व घटक राज्य सरकारे यांच्यात केंद्रीय उत्पादन करापासून मिळणाऱ्या उत्पन्नाची विभागणी करावयाच्या वस्तूंची संख्या ८ पर्यंत वाढविली. मात्र, या वस्तूवरील करापासून मिळणाऱ्या उत्पन्नाचा २५ टक्के हिस्सा राज्यांना द्यावा, अशी शिफारस केली. तिसऱ्या वित्त आयोगाने उत्पादन कर विभागावयाच्या वस्तूंची संख्या ३५ पर्यंत वाढविली व घटक राज्यांना द्यावयाचा हिस्सा २० टक्क्यांपर्यंत कमी केला.

चौथ्या, पाचव्या व सहाव्या वित्त आयोगाने ४५ वस्तूंवरील केंद्रीय उत्पादन करापासून मिळणाऱ्या रकमेपैकी २० टक्के रक्कम राज्यांना द्यावी, अशी शिफारस केली. चौथ्या व पाचव्या आयोगाने ही विभागणी करताना ५० टक्के लोकसंख्येच्या आधारावर व २० टक्के रक्कम मागासपणाच्या आधारावर द्यावी, अशी शिफारस केली. तर सहाव्या वित्त आयोगाने राज्यांना द्यावयाच्या रकमेची विभागणी करताना ७५ टक्के लोकसंख्येच्या आधारावर व २५ टक्के रक्कम मागासपणाच्या आधारावर केली जावी, अशी शिफारस केली.

सातव्या वित्त आयोगाने सर्व वस्तूंवरील केंद्रीय उत्पादन कराच्या ४० टक्के हिस्सा घटक राज्यांना द्यावा, अशी शिफारस केली. हे वाटप करताना या वित्त आयोगाने सहाव्या वित्त आयोगापेक्षा वेगळी पद्धती सुचविली. लोकसंख्या, राज्याच्या दरडोई उत्पन्नातील वाढ, प्रत्येक राज्यातील गरीब लोकांचे प्रमाण व महसूल समानीकरणाचे सूत्र या चार तत्त्वाला प्रत्येकी २५ टक्के भार देऊन राज्याराज्यांत वाटावयाच्या रकमेचे वाटप करावे असे सुचविले. आठव्या आयोगाने हेच सूत्र स्वीकारले. मात्र, राज्यांना सर्व वस्तूंवरील केंद्रीय उत्पादन कराच्या ४५ टक्के रकमेचे वाटप करावे, अशी शिफारस केली.

नवव्या वित्त आयोगाने सर्व वस्तूंवरील केंद्रीय उत्पादन कराच्या ४५ टक्के रकमेचे वाटप घटक राज्यात करावे, अशी शिफारस केली. नवव्या वित्त आयोगाने राज्यांना द्यावयाच्या रकमेची विभागणी करण्यासाठी पुढील पद्धती सुचविली.

१) १९७१ च्या लोकसंख्येच्या आधारावर २५ टक्के रकमेचे वाटप करावे.

२) १२.५ टक्के रकमेचे उत्पन्न समायोजित एकूण लोकसंख्येच्या (Income Adjusted Total Population) आधारे वाटप केले जावे.

३) १२.५ टक्के रक्कम मागासपणाच्या निर्देशांकाच्या आधारे विभागून दिली जावी.

४) ३३.५ टक्के रक्कम सर्वोच्च दरडोई उत्पन्न असणाऱ्या राज्याचे (पंजाब) दरडोई उत्पन्न व घटक राज्याचे दरडोई उत्पन्न यातील फरकाच्या आधारे राज्याराज्यांत विभागून दिली जावी.

५) राज्यांना द्यावयाची उर्वरित १६.५ टक्के रक्कम ज्या राज्यांना प्राप्तीकर, केंद्रीय उत्पादन कर व इतर विभागल्या जाणाऱ्या करांचा हिस्सा मिळाल्यानंतरही तूट सहन करावी लागते त्या राज्यांना विभागून दिली जावी.

दहाव्या वित्त आयोगाने केंद्रीय उत्पादन करापासून मिळणाऱ्या उत्पन्नाच्या ४७.५ टक्के रक्कम राज्यांना देण्याची शिफारस केली. या रकमेचे वाटप करताना ४० टक्के रकमेचे वाटप प्राप्ती कराच्या वाटपासाठी स्वीकारलेल्या पद्धतीनुसार करावे आणि ७.५ टक्के रकमेचे वाटप तूट सहन करावी लागणाऱ्या राज्यात करावे, अशी शिफारस या दहाव्या वित्त आयोगाने केली.

राज्यांना द्यावयाच्या केंद्रीय कर व शुल्काच्या एकूण रकमेतील राज्यांचा वाटा ठरविण्याच्या निकषात अकराव्या वित्त आयोगाने बदल केला आहे. यात लोकसंख्येस १० टक्के, राज्याचे दरडोई उत्पन्न आणि उच्च दरडोई उत्पन्न असलेल्या राज्याचे दरडोई उत्पन्न यातील फरकास ६२.५ टक्के, क्षेत्रफळ ७.५ टक्के, पायाभूत सुविधाचा निर्देशांक ७.५ टक्के, कर प्रयत्न ५ टक्के, आणि राजकोषीय शिस्त यास ७.५ टक्के महत्त्वप्रमाण देण्याची शिफारस केली आहे.

राज्यांना द्यावयाच्या केंद्रीय कर व शुल्काच्या एकूण रकमेतील राज्यांचा वाटा ठरविण्याच्या बाबतीतील सूत्रात तेराव्या आणि चौदाव्या वित्त आयोगाने दिलेले सूत्र तक्ता ३.२ मध्ये दिले आहे.

तक्ता ३.२ : तेराव्या आणि चौदाव्या वित्त आयोगाने दिलेला भार

चल	दिलेला भार	
	तेरावा	**चौदावा**
लोकसंख्या (१९७१)	२५	१७.५
लोकसंख्या (२०११)	०	१०
राजकोषीय क्षमता/ उत्पन्न फरक	४७.५	५०
क्षेत्र	१०	१५
वन अच्छादन	०	७.५
राजकोषीय शिस्त	१७.५	०
एकूण	१००	१००

तक्ता ३.३ मध्ये केंद्रिय करांमध्ये प्रत्येक राज्याचा वाटा निश्चित करण्यासाठी पंधराव्या आयोगाने वापरलेले निकष दिलेले आहेत.

तक्ता ३.३ : केंद्रिय करांमध्ये राज्याचा वाटा निश्चित करण्यासाठी निकष

निकष (Criteria)	पंधरावा वित्त आयोग (२०२०-२१)	पंधरावा वित्त आयोग (२०२१-२६)
उत्पन्न आंतर Income Distance	४५.०	४५.०
क्षेत्र Area	१५.०	१५.०
लोकसंख्या (१९७१) (Population -१९७१)	-	-
लोकसंख्या (२०११) Population-२०११)	१५.०	१५.०
लोकसंख्या कामगिरी (Demographic Performance)	१२.५	१२.५
वनक्षेत्र (Forest Cover)	-	-
वन आणि परिस्थितीकी (Forest and Ecology)	१०.०	१०.०
कर आणि राजकोषीय प्रयत्न (Tax and fiscal efforts)	२.५	२.५
एकूण	१००	१००

अशा प्रकारे केंद्राकडून राज्यांकडे होणाऱ्या संसाधनांच्या स्थानांतरासाठी विविध निकष वापरले जातात आणि वेळोवेळी आवश्यकतेनुसार विविध वित्त आयोगांनी अशा निकषात बदल केले आहेत.

अलीकडील काळात वित्तीय साधनसामग्रीचे राज्ये आणि केंद्रशासित प्रदेशांकडे झालेले स्थानांतर पुढीलप्रमाणे आहे. वित्तीय साधनसामग्रीचे राज्ये आणि केंद्रशासित प्रदेशांकडे झालेले एकूण स्थानांतर २०१८-१९ मध्ये ११.९५ लाख कोटी रुपये, २०१९-२० मध्ये ११.४५ लाख कोटी रुपये, २०२०-२१ मध्ये १३.२० लाख कोटी रुपये, २०२१-२२ मध्ये १७.०६ लाख कोटी रुपये आणि २०२२-२३(सुधारित अंदाज) १७.११लाख कोटी रुपये होते.

३.६ भारतातील केंद्र आणि राज्य संबंध आणि संघर्ष (Centre-State Relations and Conflicts in India) :

भारतीय राज्यघटनेने कर आणि करेतर महसुलाची विभागणी किंवा वितरण आणि कर्ज घेण्याच्या सामर्थ्याशी किंवा शक्तिशी संबंधित विस्तृत तरतूदी केल्या आहेत. कलम २६८ ते २९३ (Article 268 to 293) हे केंद्र आणि राज्ये यांच्यात वित्तीय संबंधांच्या तरतुदींशी संबंधित आहे.

३.६.१ केंद्र-राज्य वित्तीय संबंध : घटनात्मक तरतुदी (Centre-State Financial Relationship : onstitutional provisions) :

राज्यघटनेने केंद्र व राज्यांमध्ये कर आकारण्याचे अधिकार विभागले आहेत. संघसूचीमध्ये (Union List) नमूद केलेल्या विषयांवर कर लावण्याचा संसदेस अनन्य (exclusive) अधिकार आहे. राज्य विधिमंडळास राज्य यादीतील विषयांवर कर लावण्याचा अनन्य अधिकार आहे. समवर्ती यादीमध्ये असलेल्या विषयांवर दोघेही कर आकारू शकतात तर करआकारण्याची अवशिष्ट (residuary) शक्ती केवळ संसदेकडे असते.

कर–महसुलाची विभागणी :

कर–महसुलाची विभागणी पुढीलप्रमाणे आहे.

१) **केंद्राने आकारलेले परंतु राज्यांद्वारे संकलन व विनियोग :**

बिल ऑफ एक्सचेंज वरील मुद्रांक शुल्क वगैरे आणि अल्कोहोल असलेल्या वैद्यकीय आणि टॉयलेट सामग्रीवरील उत्पादन शुल्क हे कर भारतीय एकत्रित फंडाचा भाग नाहीत, ते राज्यास सोपविलेले आहेत.

२) सेवा कर केंद्राकडून आकारला जातो परंतु केंद्र व राज्ये ते वसूल करतात आणि त्याचा विनियोग करतात.

३) **केंद्राने आकारलेले व वसूल केलेले परंतु राज्यांना सोपविलेले कर :**

यात आंतरराज्यीय व्यापार दरम्यान वस्तूंच्या विक्री व खरेदीवरील कर किंवा आंतरराज्यीय व्यापाराच्या ओघात वस्तूंच्या मालपाठवणीवरील करांचा समावेश आहे.

४) **केंद्राकडून आकारण्यात येणारे व वसूल केले जाणारे आणि केंद्र व राज्ये यांच्यात वाटणी केली जाणारे कर :**

वित्तीय संसाधनांच्या न्याय्य विभागाणीवर परिणाम करण्यासाठी काही कर केंद्राकडून आकारण्यात व वसूल केले जातात आणि ते केंद्र आणि राज्ये यांच्यात विशिष्ट प्रमाणात विभाजित केले जातात. या प्रकारात कलम २६८, २६८ए आणि २६९ मध्ये उल्लेख केलेले शुल्क व कर; कलम २७१मध्ये नमूद केलेल्या कर आणि शुल्कावरील अधिभार किंवा विशिष्ट हेतूंसाठी आकारण्यात आलेले कोणतेही उपकर वगळता संघसूचीत नमूद केलेले सर्व कर समाविष्ट आहेत. केंद्र आणि राज्ये यांच्यात कर वाटप करण्याव्यतिरिक्त, राज्यांना केंद्रीय संसाधनांमधून सहायक अनुदान देण्याची तरतूद राज्यघटनेत केली आहे. ही अनुदाने दोन प्रकारची आहेत.

अ) **वैधानिक अनुदान :**

ही अनुदाने संसदेकडून भारताच्या एकत्रित निधीतून मदतीची गरज असलेल्या राज्यांना दिली जातात. वेगवेगळ्या राज्यांना वेगवेगळ्या रकमा मंजूर केल्या जाऊ शकतात. राज्यातील अनुसूचित जमातींच्या कल्याणास प्रोत्साहन देण्यासाठी किंवा त्यातील अनुसूचित क्षेत्राच्या कारभाराची पातळी वाढविण्यासाठी विशिष्ट अनुदान देखील दिले जाते.

ब) **स्वेच्छाधीन अनुदाने :**

केंद्र सरकारच्या निर्णयानुसार केंद्र नियोजन आयोगाच्या शिफारशींनुसार केंद्र सरकार राज्यांना काही अनुदान देते. योजनेची उद्दिष्टे पूर्ण करण्यासाठी राज्याला वित्तीय सहाय्य करण्यासाठी हे दिले आहेत.

३.६.२ केंद्र–राज्य वित्तीय संबंधातील संघर्ष (Conflict in the Centre-State Financial Relationship) :

वित्ताच्या बाबतीत केंद्र व राज्य यात मोठ्या प्रमाणात सातत्याने संघर्ष होत असल्याचे दिसते. केंद्रात एका पक्षाचे सरकार आणि राज्याराज्यात असलेली वेगवेगळ्या पक्षांची सरकारे यामुळे हा संघर्ष वाढीस लागतो. मागासलेल्या राज्यांचा विकास करून समतोल प्रादेशिक विकास साधण्यासाठी केंद्राने राज्यांना आर्थिक मदत करण्यासाठीची तरतूद भारतीय राज्यघटनेत केलेली आहे. मात्र, राज्यघटनेने केंद्रास झुकते माप दिलेले आहे. वित्तीय दृष्टिकोनातून भक्कम केंद्र व दुर्बल राज्ये अशी स्थिती निर्माण झालेली आहे. ज्यापासून अधिक उत्पन्न मिळेल असे प्राप्तीकर, कंपनीच्या

नफ्यावरील कर वगैरे केंद्र सरकारच्या अखत्यारीत आहेत. वित्तीय संबंधांच्या बाबतीतील केंद्र-राज्य संबंध हा संपूर्ण केंद्र-राज्य संघर्षाचा एक भाग आहे.

राज्याकडून वेळोवेळी मांडण्यात आलेले संघर्षाचे स्त्रोत पुढीलप्रमाणे :

१) घटनेने भक्कम केंद्र आणि अवलंबून असलेली राज्ये अशी जी स्थिती निर्माण केलेली आहे ते अनेक राज्यांना मान्य नाही. आर्थिकदृष्ट्या केंद्र बळकट असण्याबरोबरच राज्येही तेवढीच बळकट व स्वायत्त असण्याची गरज आहे.

२) राज्यांकडे सोपविलेली कार्ये विचारात घेता राज्ये स्वायत्त असणे गरजेचे आहे. राज्यांचे केंद्रावर फार मोठ्या प्रमाणात अवलंबून राहणे उपयोगाचे नाही.

३) स्वांतत्र्योत्तर काळात केंद्राच्या कार्यात सातत्याने वाढ होत गेली आणि त्याचबरोबर राज्याचे केंद्रावरील अवलंबित्व वाढत गेले. स्वातंत्र्योत्तर काळातील पहिल्या दोन दशकात केंद्र व राज्यात काँग्रेस पक्षाची सरकारे असल्याने केंद्र बळकट होण्याची प्रक्रिया वेगाने झाली.

४) केंद्राने अनावश्यकपणे शिक्षण, सार्वजनिक आरोग्य यासारखे विभाग राज्यांकडे असताना ते त्यांच्याबरोबरच आपल्याकडेही ठेवलेले आहेत.

५) कायदा व सुव्यवस्था हे क्षेत्र पूर्णपणे राज्यांच्या अखत्यारीत असले तरी केंद्राने केंद्रीय राखीव पोलीस, सीमा सुरक्षा दल, औद्योगिक सुरक्षा दल वगैरे स्थापन केलेले आहेत.

६) केंद्राकडे सोपविलेली कार्ये मर्यादित आहेत, मात्र वित्तीय साधनसामग्री मोठ्या प्रमाणात उपलब्ध आहे. याउलट राज्यांनी करावयाची कामे विचारात घेता त्यांना उपलब्ध होणारी वित्तीय साधनसामग्री अपुरी आहे.

७) केंद्राची वित्तीय सामग्री लवचीक आहे. याचाच अर्थ केंद्रास आवश्कतेनुसार वित्तीय उपलब्धतेत वाढ करणे शक्य आहे. याउलट राज्यांची वित्तीय साधनसामग्री अलवचीक आहे. त्यामुळे राज्यांना आवश्यकतेनुसार वित्तीय साधनसामग्रीत वाढ करता न येऊन त्यांचे केंद्रावरील अवलंबित्व वाढते आहे.

वित्तीय व्यवस्थेबाबत राज्याची तक्रार :

कर व शुल्काचा राज्यांना मिळणारा वाटा अपुरा असल्याने राज्यांना अधिकाधिक प्रमाणात केंद्राकडून मिळणाऱ्या साहाय्यक अनुदाने व कर्जावर अवलंबून राहावे लागते. वित्तीय व्यवस्थेच्या बाबतीतील राज्यांच्या तक्रारी पुढीलप्रमाणे आहेत.

१) ज्याची प्राप्ती राज्यांना मिळते त्या नियमावली (article)२६९ खाली येणारे सर्व कर आकारण्यात केंद्राने पुरेसा पुढाकार घेतलेला नाही.

२) सुरुवातीपासून महामंडळ (कंपनी) करास राज्यांना वाटा द्यावयाच्या करातून वगळलेले आहे. वास्तविक कंपनी क्षेत्राच्या विकासात राज्याचा मोठा सहभाग आहे. उद्योगांच्या उभारणीत राज्यांचा सहभाग मोठा आहे. त्यामुळेच राज्यांना कंपनी करापासून मिळणाऱ्या प्राप्तीत वाटा मिळणे न्याय्य व योग्य आहे.

३) केंद्रीय उत्पादन शुल्काची व्याप्ती सातत्याने वाढत असून पूर्वी राज्याकडून कर आकारणी करण्यात येणाऱ्या बाबींचाही समावेश केलेला आहे.

४) राज्यांना उत्पादन शुल्कातील मिळणारा वाटा मूलभूत शुल्कापुरताच मर्यादित असून विशेष आणि पूरक शुल्कातील वाटा राज्यांना मिळत नाही.

५) ज्यापासून राज्यांना प्राप्ती मिळते असा रेल्वे प्रवासी कर रद्द करून अनुदान देण्याचे धोरण स्वीकारलेले आहे. मात्र, ते रेल्वे प्रवासी करापेक्षा कमी आहे.

६) आयकरावरील अधिभार केंद्र सरकारकडून आकारला जातो. मात्र, त्यापासूनच्या प्राप्तीतील वाटा राज्यांना दिला जात नाही.

७) राज्यांना ज्या करापासून अधिक उत्पन्न मिळते तो विक्रीकर रद्द करून मूल्यवृध्दी कर लागू करण्याबरोबरच जकात शुल्क आणि राज्य उत्पादनशुल्क रद्द करण्याचा विचार होत आहे.

राज्यांना मिळणाऱ्या महसुलात हळूहळू वाढ होत आहे. मात्र, राज्यांचा खर्च वेगाने वाढत आहे. प्रत्येक पंचवार्षिक योजनात राज्यांचा खर्च वाढत आहे. केंद्र सरकारच्या राजकोषीय, चलनविषयक व इतर आर्थिक धोरणामुळे किंमत पातळीत वाढ झालेली दिसते. किंमत पातळीत वाढ झाल्यावर सरकारी कर्मचाऱ्यांकडून महागाई भत्त्यात वाढ करण्याची मागणी केली जाते. केंद्र सरकारकडे वित्तीय साधनससामग्री मोठ्या प्रमाणात असल्याने केंद्रीय कर्मचाऱ्यांची वाढीव महागाई भत्त्याची मागणी केंद्र सरकारकडून पूर्ण केली जाते. साहाजिक राज्य सरकारच्या कर्मचाऱ्यांकडून महागाई भत्त्यात वाढ करण्याची मागणी केली. राज्यांना ती पूर्ण करण्यात अडचण येते. वेतनातील वाढीची मागणी पूर्ण करणे राज्यांना कठीण जाते.

राज्यांच्या केंद्रावरील आर्थिक अवलंबनाचे दुष्परिणाम :

राज्यांच्या केंद्रावर असलेल्या खूप मोठ्या प्रमाणावरील अवलंबित्वाचे पुढील काही विपरीत परिणाम होतात.

१) राज्यांना सातत्याने अनुदाने मिळण्यासाठी केंद्राकडे धाव घ्यावी लागते.

२) राज्य सरकारांना आपला अर्थसंकल्प तयार करण्याच्या बाबतीत अनिश्चितता जाणवते.

३) वित्तीय साधनसामग्रीच्या कमतरतेमुळे राज्ये निवडणुकीदरम्यान दिलेली अश्वासने पूर्ण करू शकत नाहीत.

४) योजनेतील प्रकल्पासाठी वित्तपुरवठा करण्यासाठी अनेक राज्यांना अनधिकृत ओव्हरड्राफ्टवर अवलंबून राहावे.

प्रादेशिक असमतोल–संघर्षाचा स्त्रोत :

केरळसारख्या काही राज्यांची ही तक्रार आहे की, देशात औद्योगिक विकासाच्या बाबतीत प्रादेशिक असमतोल असून केंद्राने आपल्या वित्तीय साधनसामग्रीचा वापर असा असमतोल दुरुस्त करण्यासाठी केलेला नाही. केंद्राकडे असलेल्या इतर साधनांचाही वापर प्रादेशिक असमतोल दूर करण्यासाठी केलेला नाही. केंद्रीय प्रकल्प आणि खासगी प्रकाल्पाचे स्थान ठरविताना प्रादेशिक असमतोल कमी करण्याचा विचार केलेला नाही. योजनांमध्ये प्रादेशिक असमतोल वाढीस लागलेला आहे.

नियोजनाच्या प्रक्रियेत राज्यांवरील जबाबदाऱ्या वाढलेल्या आहेत. मात्र, त्या प्रमाणात त्यांच्या वित्तीय साधनसामग्रीत वाढ झालेली नाही. त्यामुळे राज्यांना केंद्राच्या कर्ज व अनुदानावर अवलंबून राहून केंद्राच्या नियंत्रणाखाली काम करावे लागत आहे.

प्रश्न

प्र. १. खालील प्रश्नांची वीस शब्दात उत्तरे लिहा.

१) राजकोषीय संघराज्यवाद म्हणजे काय ?

२) उभा असमतोल म्हणजे काय ?

३) आडवा असमतोल म्हणजे काय ?

४) वित्त आयोगाविषयी थोडक्यात माहिती लिहा.

५) नियोजन आयोग (निती आयोग) याविषयी थोडक्यात माहिती लिहा.

६) केंद्राकडून राज्यांकडे होणाऱ्या संसाधनांच्या हस्तांतरणासाठीचे दोन निकष लिहा.

प्र. २. खालील प्रश्नांची सविस्तर उत्तरे लिहा.

१) भारतातील राजकोषीय संघराज्यवाद सविस्तर स्पष्ट करा.

२) उभा आणि आडवा असमतोल स्पष्ट करा.

३) केंद्र आणि राज्यात कराची विभागणी स्पष्ट करा.

४) वित्त आयोग आणि नियोजन आयोग (निती आयोग) व त्यांच्यातील फरक स्पष्ट करा.

५) पंधराव्या वित्त आयोगाच्या शिफारसी स्पष्ट करा.

६) केंद्राकडून राज्यांकडे होणाऱ्या संसाधनांच्या हस्तांतरणासाठीचे निकष स्पष्ट करा.

७) भारतातील केंद्र आणि राज्य संबंध आणि संघर्ष स्पष्ट करा.

* * *

प्रकरण ४

भारतीय सार्वजनिक आयव्यय

(Indian Public Finance)

४.१ भारतीय कर व्यवस्थेची रचना – कर आणि बिगर–कर महसूल

४.२ भारतातील प्रमुख कर–प्रत्यक्ष आणि अप्रत्यक्ष कर–गुण आणि दोष

४.३ प्रत्यक्ष आणि अप्रत्यक्ष कर सुधारणा, जीएसटी (GST) ची ओळख, जीएसटीमध्ये केंद्र आणि राज्याचा वाटा

४.४ अर्थसंकल्प – अर्थ आणि घटक, अर्थसंकल्पाचे आर्थिक वर्गीकरण, समतोल अर्थसंकल्प गुणक, लिंगभाव अर्थसंकल्प – संकल्पना व उद्दिष्टे

४.५ सार्वजनिक खर्च आणि सार्वजनिक कर्जाच्या प्रवृत्ती

४.० प्रास्ताविक (Introduction) :

केंद्र व राज्य सरकारांना कर व करेतर अशा दोन मार्गांनी महसूल मिळतो. मात्र, केंद्र व राज्य सरकारांच्या एकूण महसुलातील कर महसुलाचा वाटा मोठा आहे. नियोजन काळात केंद्र व राज्य सरकारांच्या कर महसुलात मोठ्या प्रमाणात वाढ झाली आहे. केंद्र सरकारला उत्पन्न व खर्च यावरील कर, मालमत्ता व भांडवली व्यवहारातील कर आणि वस्तू व सेवांवरील कर यापासून उत्पन्न मिळते. भारतात केंद्र सरकार व राज्य सरकारे यांना उत्पन्नाची वेगवेगळी साधने आहेत. घटक राज्यांना कर, साहाय्यक अनुदाने व करेतर उत्पन्न अशा मार्गांनी उत्पन्न मिळते तसेच केंद्रीय करातील वाटाही राज्यांना मिळतो. सरकारला मिळणाऱ्या महसुलाचा कर हा महत्त्वाचा स्त्रोत आहे. अलीकडील काळात देशात प्रत्यक्ष आणि अप्रत्यक्ष कर याबाबतीत सुधारणा करण्यात आल्या आहेत. भारतात सार्वजनिक खर्च आणि सार्वजनिक कर्जाच्या बाबतीत वाढीची प्रवृत्ती दिसून येत आहे. प्रस्तुत प्रकरणात भारतीय कर व्यवस्थेची रचना, भारतातील प्रमुख कर–प्रत्यक्ष आणि अप्रत्यक्ष कर–गुण आणि दोष, प्रत्यक्ष आणि अप्रत्यक्ष कर सुधारणा, जीएसटी (GST), अर्थसंकल्प–अर्थ आणि घटक, अर्थसंकल्पाचे आर्थिक वर्गीकरण, समतोल अर्थसंकल्प गुणक, लिंगभाव अर्थसंकल्प–संकल्पना व उद्दिष्टे आणि सार्वजनिक खर्च आणि सार्वजनिक कर्जाच्या प्रवृत्ती याविषयी स्पष्टीकरण दिले आहे.

४.१ भारतीय कर व्यवस्थेची रचना – कर आणि बिगर–कर महसूल (Structure of Indian Tax System- Tax and Non-tax Revenue) :

केंद्र सरकारच्या अर्थसंकल्पाचे किंवा अंदाजपत्रकाचे महसुली अर्थसंकल्प व भांडवली अर्थसंकल्प असे दोन भाग असतात. महसुली अंदाजपत्रकात महसुली जमा व महसुली खर्चासंबंधीचा अंदाज दर्शविला जातो तर भांडवली अर्थसंकल्पात भांडवली बाबींपासून मिळणारे उत्पन्न व अशा बाबींवरील खर्चाचे अंदाज दाखविले जातात.

सरकारच्या महसुली जमेच्या बाबीत कर महसूल व करेतर महसूल यांचा समावेश होतो. कर महसुलात उत्पन्नावरील कर, मालमत्ता व भांडवली व्यवहारावरील कर आणि वस्तू व सेवांवरील कर याबाबी समाविष्ट असतात. करेतर महसुलात राज्यकोषीय व इतर सेवांपासूनचा महसूल, व्याजरूपाने मिळणारे उत्पन्न, लाभांश व नफा यांचा समावेश होतो.

केंद्र सरकारला १९५०-५१ मध्ये कर मार्गाने मिळालेला महसूल (राज्यांचा हिस्सा वगळून) ३५७ कोटी रुपये होता आणि १९८०-८१ मध्ये तो ९,३९० कोटी रुपये होता. करेतर महसूल १९५०-५१ मध्ये ४९ कोटी रुपये व १९८०-८१ मध्ये ३,४४० कोटी रुपये होता.१९५०-५१ मध्ये एकूण महसूल ४०६ कोटी रुपये होता आणि १९८०-८१ मध्ये तो १२,३७३ कोटी रुपये होता.

अ) केंद्र सरकारच्या महसुलाच्या बाबतीतील १९९१ पासूनच्या प्रवृत्ती (Trends in Revenue of Central Government since 1991) :

१९९०-९१ पासूनच्या काळातील केंद्र सरकारच्या महसुली उत्पन्नातील प्रवृत्ती पुढीलप्रमाणे आहेत.

तक्ता ४.१ : केंद्र सरकारचे महसुली उत्पन्न (कोटी रुपये)

वर्ष	कराद्वारे मिळणारा महसूल (निव्वळ)	करेतर महसूल	एकूण महसूल
१९९०-९१	४२,९७८	११,९७६	५४,९५४
२००१-०२	१,३३,५३२	६७,७७४	२,०१,३०६
२००६-०७	३५,११,८२	८३,२०५	४,३४,३८७
२००९-१०	४५,६५,३६	१,१६,२७५	५,७२,८११
२०१०-११	५,६९,८६८	२,१८,६०२	७,८८,४७१
२०११-१२	६,२९,७६४	१,२१,६७२	७,५१,४३७
२०१२-१३	७,४१,८७७	१,३७,३५४	८,७९,२३२
२०१३-१४	८,१५,८५४	१,९८,८७०	१०,१४,७२४
२०१४-१५	९,०३,६१५	१,९७,७६६	११,०१,३८१
२०१७-१८	१२,४२,४४८	१,९२,७४५	१४,३५,२३३
२०२०-२१	१४,२६,२८७	२,०७,६३३	१६,३३,९२०
२०२१-२२	१८,०४,७९३	३,६५,११२	२१,६९,९०५

स्त्रोत : RBI Handbook of Statistics of the Indian Economy, 2018-19 Table 94 and 2022-23 Table 93.

१) एकूण महसुलात सातत्यपूर्ण वाढ :

केंद्र सरकारच्या एकूण महसुलात १९९१ पासूनच्या काळात सातत्यपूर्ण वाढ झालेली आहे. १९९०-९१ मध्ये केंद्र सरकारचा एकूण महसूल ५४,९५४ कोटी रुपये होता तर २०२१-२२ मध्ये २१,६९,९०५ कोटी रुपये होता. याचाच अर्थ केंद्र सरकारच्या एकूण महसुलात १९९१ पासूनच्या काळात फार मोठ्या प्रमाणात वाढ

झालेली आहे तसेच ही वाढ सातत्यपूर्ण आहे. २०२३-२४ च्या अर्थसंकल्पात केंद्र सरकारचा एकूण महसूल २६,३२,२८१ कोटी रुपये असल्याचा अंदाज मांडला होता.

२) स्थूल देशांतर्गत उत्पादनाशी असलेल्या एकूण महसुलाच्या शेकडा प्रमाणात चढउतार :

देशाच्या स्थूल देशांतर्गत उत्पादनाशी असलेल्या एकूण महसुलाच्या शेकडा प्रमाणात चढउतार झालेले दिसून येतात. १९९०-९१ मध्ये केंद्र सरकारच्या एकूण महसुलाचे स्थूल देशांतर्गत उत्पादनाशी असलेले शेकडा प्रमाण ९.७ होते. २००१-०२ मध्ये ते ८.८ टक्क्यांपर्यंत कमी झाले. २००२-०३ नंतरच्या काळात केंद्र सरकारच्या महसुलाचे स्थूल देशांतर्गत उत्पादनाशी असलेले शेकडा प्रमाण वाढत गेलेले आहे. २०१७-१८ मध्ये केंद्र सरकारच्या एकूण महसुलाचे देशाच्या स्थूल देशांतर्गत उत्पादनाशी असलेले प्रमाण ८.४ टक्के होते. मात्र २०१८-१९ मध्ये हे प्रमाण ९.२ टक्के असण्याचा अंदाज होता.

३) कर महसुलात मोठ्या प्रमाणात व सातत्यपूर्ण वाढ :

केंद्र सरकारला मिळणाऱ्या एकूण महसुलात कराद्वारे मिळणाऱ्या महसुलाचे प्रमाण मोठे आहे.१९९१ पासूनच्या काळात केंद्र सरकारच्या करापासूनच्या महसुलात मोठ्या प्रमाणात वाढ झाली आहे.१९९०-९१ मध्ये कर महसूल ४२,९७८ कोटी रुपये होता. केंद्र सरकारचा कर महसूल २००१-०२ मध्ये १,३३,५३२ कोटी आणि २०२१-२२ मध्ये १८,०४,७९३ कोटी रुपये होता. आर्थिक सुधारणा काळात देशातील राष्ट्रीय उत्पन्नात वाढ झाली आहे. त्याचबरोबर अर्थव्यवस्थेतील औद्योगिक क्षेत्र, सेवा क्षेत्र यांचा विकास झालेला आहे.त्यामुळे केंद्र सरकारच्या करापासून मिळणाऱ्या महसुलात वाढ झालेली आहे.

४) स्थूल देशांतर्गत उत्पादनाशी असलेल्या कर महसुलाच्या प्रमाणात चढउतार :

१९९१ पासूनच्या काळात केंद्र सरकारच्या कर महसुलात सातत्यपूर्ण व मोठ्या प्रमाणात वाढ झालेली असली तरी स्थूल देशांतर्गत उत्पादनाशी असलेल्या कर महसुलाच्या प्रमाणात मोठ्या प्रमाणावर चढउतार झालेले दिसतात. १९९०-९१ मध्ये केंद्र सरकारच्या कर महसुलाचे स्थूल देशांतर्गत उत्पादनाशी असलेले प्रमाण ७.६ टक्के होते. २००१-०२ मध्ये या प्रमाणात आणखी घट होऊन ते ५.८ टक्क्यांपर्यंत कमी झाले. २००२-०३ पासून स्थूल देशांतर्गत उत्पादनाशी असलेले कर महसुलांचे प्रमाण वाढत गेलेले आहे. २०१७-१८ मध्ये स्थूल देशांतर्गत उत्पादनाशी असलेले कर महसुलाचे प्रमाण ७.३ टक्के होते.

५) करेतर महसुलात मोठ्या प्रमाणात वाढ :

१९९१ पासूनच्या काळात केंद्र सरकारच्या कर महसुलात झालेल्या वाढीबरोबरच करेतर महसुलातही मोठ्या प्रमाणात वाढ झाली आहे. १९९०-९१ मध्ये केंद्र सरकारचा करेतर महसूल ११,९७६ कोटी रुपये होता. केंद्र सरकारचा करेतर महसूल २००१-०२ मध्ये ६७,७८७ कोटी रुपये आणि २०२१-२२ मध्ये ३,६५,११२ कोटी रुपये होता. कर महसुलाबरोबरच करेतर महसुलातही मोठ्या प्रमाणात वाढ झाल्यामुळे केंद्र सरकारच्या एकूण महसुलाच्या बाबतीत वाढीची प्रवृत्ती दिसून येते.

६) स्थूल देशांतर्गत उत्पादनाशी असलेल्या करेतर महसुलाच्या प्रमाणात चढउतार :

१९९१ पासूनच्या काळात केंद्र सरकारच्या करेतर महसुलाच्या प्रमाणात मोठ्या प्रमाणात व सातत्यपूर्ण वाढ झालेली असली तरी स्थूल देशांतर्गत उत्पादनाशी असलेल्या करेतर महसुलाच्या प्रमाणात मोठ्या प्रमाणात चढउतार

झालेले आहेत. केंद्र सरकारच्या करेतर महसुलाचे स्थूल देशातंर्गत उत्पादनाशी असलेले प्रमाण २०१०-११ मध्ये २.८८ टक्के होते तर २०१७-१८ मध्ये १.१ टक्के होते.

ब) भारतीय कर रचनेची वैशिष्ट्ये (Characteristics of Indian Tax Structure) :

सरकारला मिळणाऱ्या महसुलाच्या अनेक स्त्रोतापैकी कर हा महत्त्वाचा स्त्रोत आहे. कर हे सामाजिक न्याय प्रस्थापित करण्याचे व उत्पन्नातील विषमता कमी करण्याचे महत्त्वाचे साधन आहे. तुटीचा अर्थभरणा व कर्ज उभारणी या स्त्रोतांपेक्षा करआकारणी हा अधिक चांगला मार्ग आहे कारण त्यामुळे कर्जामुळे वाढणारा व्याजाचा भार वाढत नाही व तुटीच्या अर्थभरण्यामुळे किंमत वाढीची जी शक्यता असते ती निर्माण होत नाही. अर्थव्यवस्थेतील अधिकाधिक लोकांकडून प्रत्यक्ष व अप्रत्यक्ष करांद्वारे बचत गतिशील करण्याचे कर हे एकमेव साधन आहे.मात्र, कराद्वारे हे सर्व होत असले तरी त्यासाठी योग्य कर रचना आवश्यक असते. दोषपूर्ण कर रचनेचा अर्थव्यवस्थेवर विपरीत परिणाम होण्याची शक्यता असते. प्रत्यक्ष कराची आकारणी योग्य प्रकारे केली गेली नाही तर त्याचा काम, बचत व गुंतवणूक करण्याची इच्छा व पात्रतेवर प्रतिकूल परिणाम होण्याची शक्यता असते. भारतीय कर रचनेची वैशिष्ट्ये पुढीलप्रमाणे स्पष्ट करता येतील.

१) वाढता कर महसूल :

करापासून मिळणाऱ्या महसुलाच्या बाबतची वाढीची प्रवृत्ती हे भारतीय कर रचनेचे महत्त्वाचे वैशिष्ट्य होय. भारतात स्वातंत्र्योत्तर काळात करापासून मिळणाऱ्या महसुलात मोठ्या प्रमाणावर वाढ झालेली दिसते. १९५०-५१ ते २००१-०२ या काळात केंद्र सरकारच्या कर महसुलाच्या रकमेत ३५७ कोटी रुपयांवरून १,३३,६६२ कोटी रुपयांपर्यंत वाढ झालेली दिसते. २०२१-२२ मध्ये करापासूनचे उत्पन्न १८,०४,७९३ कोटी रुपये होते.

२) अप्रत्यक्ष कराचा मोठा वाटा :

करापासून मिळणाऱ्या एकूण महसुलात अप्रत्यक्ष कराचा वाटा मोठा आहे.१९५०-५१ पासून हा वाटा सातत्याने मोठा राहिलेला आहे.

१९५०-५१ मध्ये एकूण कर-महसुलात अप्रत्यक्ष कराचा वाटा ५७ टक्के होता, तर २००१-०२ मध्ये तो ६३ टक्के होता.१९५०-५१ ते २००१-०२ या काळात करापासून मिळणाऱ्या महसुलातील अप्रत्यक्ष कराच्या वाट्यात चढउतार झाले आहेत. २०२१-२२ मध्ये हा वाटा ५१.२ टक्के होता.

३) अर्थसंकल्पात महत्त्वपूर्ण स्थान :

सरकारच्या अर्थसंकल्पात कर महसुलाला महत्त्व आहे.केंद्र व राज्य सरकारच्या महसुलाचा एकत्रित विचार केल्यास करेतर महसुली उत्पन्नापेक्षा करापासूनचे महसुली उत्पन्न चार ते सहा पट जास्त असलेले आढळते.

क) भारतीय कर रचनेतील उणिवा :

वरील काही चांगल्या वैशिष्ट्यांबरोबरच भारतीय कर रचनेत काही उणिवाही आढळतात. उणिवा किंवा दोष स्पष्ट करणारी वैशिष्ट्ये पुढीलप्रमाणे आहेत.

१) अपुरा कर महसूल :

स्वातंत्र्योत्तर काळात भारतातील कर महसूल वाढत असला तरी तो स्थूल राष्ट्रीय उत्पादनाच्या १० टक्क्यांपेक्षाही कमी आहे. मात्र, काही देशांत हे प्रमाण ३० टक्क्यांच्या आसपास असलेले आढळते.त्या तुलनेत भारतातील प्रमाण खूपच कमी आहे.

२) एकांगी व प्रतिगामी :

अप्रत्यक्ष कराचे प्राबल्य असल्याने भारतातील कर रचना एकांगी स्वरूपाची आहे. अप्रत्यक्ष कराचा वाटा सातत्याने मोठा राहिल्याने कर रचनेचे स्वरूप प्रतिगामी असलेले दिसते. अप्रत्यक्ष कराचा जास्त भार गरिबांवर पडतो, तर प्रत्यक्ष करांचा भार श्रीमंतावर जास्त पडतो. भारतातील कर महसुलात प्रत्यक्ष कराचा वाटा कमी असल्याने तुलनेने गरिबांवर कराचा भार अधिक पडतो.

३) अलवचिकता :

अलवचिकता हा भारतीय कर व्यवस्थेतील आणखी एक दोष असून, तेही एक महत्त्वाचे वैशिष्ट्य होय. भारतीय कर रचना मोठ्या प्रमाणावर शहरी उत्पन्नावर अवलंबून असून, शेतीपासूनच्या उत्पन्नाला प्रत्यक्ष करातून वगळलेले आहे. त्यामुळे वैयक्तिक कर आकारणीची व्याप्ती मर्यादित आहे.

४) कर बुडवेपणा :

भारतीय कर पद्धती फारच अलवचिक असल्याने कर रचना दोषपूर्ण आहे.त्यामुळे मोठ्या प्रमाणावर कर बुडवेपणा आढळून येतो. विक्री कराचे व उत्पन्न कराचे मोठे दर, व्यवसायातील भ्रष्टाचार यासारखी कारणे यास जबाबदार आहेत. कर बुडवेपणामुळे सरकारला कमी महसूल मिळतो.

५) बचतीवर प्रतिकूल परिणाम :

भारतातील प्रत्यक्ष आणि अप्रत्यक्ष कराच्या बाबतीत काही विशेष उणिवा आहेत. उत्पन्न कराचा बचतीवर प्रतिकूल परिणाम होत असताना आढळतो. प्रत्यक्ष कर चौकशी समितीने असे मत व्यक्त केले आहे की, कर आकारणीच्या उच्च सीमांत दरामुळे बचत व गुंतवणुकीच्या क्षमतेवर परिणाम झालेला आहे.

६) विषमता वाढ :

प्रत्यक्ष कराच्या बाबतीत महत्त्वाची उणीव अशी की, यामुळे विषमता वाढीस मदत होते. प्रत्यक्ष कराच्या आकारणीत श्रीमंताला अधिक लाभ मिळतो. विशिष्ट गुंतवणुकीमुळे करातून सुट मिळते.मात्र, त्याचा लाभ श्रीमंतांना अधिक मिळतो कारण त्यांनाच ही गुंतवणूक शक्य होते.

७) रोजगार वाढीस प्रतिबंध :

प्रत्यक्ष करआकारणीच्या व्यवस्थेत आणखी एक दोष असा आहे की, ही पद्धती रोजगार वाढीस प्रतिबंध करणारी आहे.

८) किमतीतील विस्कळीतपणा :

अर्थव्यवस्थेत अनेक दुष्परिणाम घडून येण्यास अप्रत्यक्ष कर जबाबदार आहेत. अप्रत्यक्ष करात वाढ करून सहजपणे सरकारला उत्पन्न मिळविता येते. मात्र, त्याचा परिणाम किंमत वाढीत होतो.

४.२ भारतातील प्रमुख कर–प्रत्यक्ष आणि अप्रत्यक्ष कर– गुण आणि दोष (Major Taxes in India - Direct and Indirect Taxes- Merits Demerits) :

४.२.१ भारतातील प्रमुख कर–प्रत्यक्ष आणि अप्रत्यक्ष कर :

केंद्र सरकारला प्रत्यक्ष व अप्रत्यक्ष करापासून उत्पन्न मिळते. घटनेनुसार काही कर आकारण्याचा व वसूल करण्याचा केंद्र सरकारला अधिकार असतो. १९५०–५१ मध्ये प्रत्यक्ष करापासून मिळणारे उत्पन्न १७४ कोटी रुपये होते. १९९०–९१ मध्ये ६,९०३ कोटी रुपये आणि २०२१–२२ मध्ये ८,६५,३८६ कोटी रुपये प्रत्यक्ष करापासून (निव्वळ) मिळाले होते. २०२३–२४ मध्ये ११,७८,२६८ कोटी रुपये या करापासून मिळणे अपेक्षित आहे.

अप्रत्यक्ष करापासून मिळालेले उत्पन्न १९५०–५१ मध्ये २२७ कोटी रुपये होते, तर १९९०–९१ मध्ये ३६,०७५ कोटी रुपये आणि २०२१–२२ मध्ये ९,३९,४०७ कोटी रुपये या करापासून मिळालेले होते. २०२३–२४ मध्ये अप्रत्यक्ष करापासून ११,५२,३६३ कोटी रुपये मिळण्याचा अंदाज आहे.

एकूण कर उत्पन्नातील अप्रत्यक्ष कराचा वाटा १९५०–५१ मध्ये ५७ टक्के होता. २०२१–२२ मध्ये अप्रत्यक्ष कराचा वाटा ५१.२ टक्के होता, तर २०२३–२४ या अर्थसंकल्पात ४९.४ टक्के उत्पन्न अप्रत्यक्ष करापासून मिळण्याचा अंदाज मांडला आहे.

केंद्र सरकारकडून आकारण्यात येणाऱ्या काही प्रमुख प्रत्यक्ष कराची माहिती पुढीलप्रमाणे :

१) वैयक्तिक आयकर किंवा प्राप्तीकर किंवा उत्पन्न कर :

केंद्र सरकारकडून व्यक्तिगत उत्पन्नावर कर आकारला जातो. या करापासून मिळणारे उत्पन्न केंद्र व राज्य सरकार यांच्यात विभागले जाते. प्राप्तीकर सर्वांवरच आकारला जात नाही. ज्यांचे उत्पन्न करप्राप्त आहे त्यांच्यावरच हा कर आकारला जातो. हा कर क्षमता तत्त्वावर आधारित आहे.१९५०–५१ मध्ये ९० कोटी रुपये वैयक्तिक प्राप्ती करापासून केंद्र सरकारला मिळाले होते. २०२१–२२ मध्ये प्राप्ती कराद्वारे ४,२७,२२८ कोटी रुपये मिळाले होते. तर २०२३–२४ मधील अर्थसंकल्पात ५,८२,५१६ कोटी रुपये वैयक्तिक प्राप्ती करापासून मिळणे अपेक्षित आहे. प्राप्तीकर हा प्रगतीशील स्वरूपाचा कर आहे. बचतीला प्रेरणा देण्यासाठी प्राप्तीकर कायद्यात तरतुदी करण्यात आल्या आहेत.

२) कंपनी किंवा महामंडळ कर :

कंपनी किंवा महामंडळ कर म्हणजे कंपन्यांच्या उत्पन्नावरील कर होय. केंद्र सरकारकडून मोठ्या व लहान कंपन्यांच्या नफ्यावर हा कर आकारला जातो. निर्यात करणाऱ्या व निर्यातक्षम कंपन्यांना करात सूट दिली जाते. एकेकाळी कंपनी कराचा दर जास्त होता. मात्र, १९९०–९१ नंतर तो कमी करण्यात आला.१९५०–५१ मध्ये या करापासून ४० कोटी रुपये उत्पन्न मिळाले होते. २०२१–२२ मध्ये कंपनी करापासून ४,३८,१४३ कोटी रुपये मिळाले होते तर २०२३–२४ च्या अर्थसंकल्पात या करापासून ५,९५,७४४ कोटी रुपये मिळणे अपेक्षित आहे.

केंद्र सरकारकडून आकारण्यात येणाऱ्या काही प्रमुख अप्रत्यक्ष कराची माहिती पुढीलप्रमाणे:

१) केंद्रीय उत्पादन कर (Central Excise Duties) :

आर्थिक विकासासाठी जादा महसूल मिळविण्याची सरकारला गरज होती व त्यासाठी केंद्रीय उत्पादन कर हा महसुलाचा चांगला स्त्रोत असल्याचे लक्षात आले. हा कर (शुल्क) देशात उत्पादित होणाऱ्या वस्तूवर केंद्राकडून आकारला जातो. राज्य सरकारे ज्या वस्तूंवर उत्पादन कर आकारतात त्या वस्तू वगळण्यात येतात. साखर, कापड, तंबाखू, स्पिरीट, काडीपेट्या, सिमेंट वगैरे वस्तूंवरील करापासून मोठ्या प्रमाणावर उत्पन्न मिळते. अलीकडील काळात अधिक वस्तू या कराच्या कक्षेत आणल्या गेल्या आहेत आणि कराचे दरही वाढविण्यात आले आहेत. केंद्रीय उत्पादन करापासून १९५०-५१ मध्ये ७० कोटी रुपये उत्पन्न मिळाले होते. २०२१-२२ मध्ये केंद्रीय उत्पादन करापासून ३,८०,५०८ कोटी रुपये मिळाले होते. २०२३-२४ मध्ये या करापासून ३,२५,४२९ कोटी रुपये मिळण्याचा अंदाज आहे.

२) जकात कर (Customs Duties) :

जकात कर हा विदेशातून भारतात आयात करण्यात येणाऱ्या वस्तूवर किंवा भारतातून विदेशी निर्यात केल्या जाणाऱ्या वस्तूवर आकारला जातो. १९८०-८१ मध्ये या करापासून ३,४१० कोटी रुपये उत्पन्न मिळाले होते. २०२१-२२ मध्ये या करापासून १,४४,२७६ कोटी रुपये मिळाले होते, तर २०२३-२४ मध्ये या करापासून २,००,६९८ कोटी रुपये मिळण्याचा अंदाज आहे.

४.२.२ प्रत्यक्ष कर- गुण आणि दोष :

अर्थशास्त्रज्ञ करांची विभागणी प्रत्यक्ष कर आणि अप्रत्यक्ष कर अशा दोन प्रकारांत करतात. डॉ. डाल्टन यांच्या मते, ज्या व्यक्तींवर कर लादले आहेत त्याच व्यक्तींकडून ते कर पूर्णपणे भरले जातात, असे कर म्हणजे प्रत्यक्ष कर आहेत. (Direct taxes are those taxes which are paid entirely by those persons on whom they are imposed - Dalton).

प्रत्यक्ष कर म्हणजे असे कर की, जे दुसऱ्यांवर ढकलता येत नाहीत. प्रा.शिरास यांच्या मते, व्यक्तीची मालमत्ता व उत्पन्न यावर आकारण्यात येणारे कर हे प्रत्यक्ष कर आहेत. प्रत्यक्ष करांच्या बाबतीत कराघात आणि करभार एकाच व्यक्तीवर पडतो. याचाच अर्थ कर भरण्याची कायदेशीर जबाबदारी ज्या व्यक्तीवर आहे त्याच व्यक्तीवर कराचा भार पडतो. उत्पन्न कर, महामंडळ कर, संपत्ती कर, खर्च कर हे प्रत्यक्ष कर आहेत. डाल्टनच्या मते, ज्या व्यक्तीवर कायद्याने कर आकारणी केली आहे त्याच व्यक्तीकडून कर भरला जातो त्यास प्रत्यक्ष कर म्हणतात.

अ) प्रत्यक्ष कराचे गुण (Merits of Direct Taxes) :

प्रत्यक्ष कराचे गुण पुढीलप्रमाणे आहेत.

१) समता :

उत्पन्न कर, मालमत्तेवरील कर, भांडवली नफ्यावरील कर यासारखे प्रत्यक्ष कर हे न्याय्य आहेत कारण ते प्रगतीशीलतेच्या तत्त्वावर आधारित आहेत. उच्च उत्पन्नावर अधिक प्रमाणात कर आकारला जातो, तर कमी उत्पन्नावर कमी प्रमाणात कर आकारला जातो. उत्पन्न मोठे असेल तर कराचा दर जास्त असतो व याउलट उत्पन्न कमी असेल, तर कराचा दर कमी असतो. प्रत्यक्ष कर हे करदात्याच्या कर देण्याच्या क्षमतेच्या आधारावर

आकारले जातात. श्रीमंतांकडून अधिक दराने कर दिला जातो. प्रत्यक्ष कर गरिबांच्या तुलनेत श्रीमंतांकडून अधिक प्रमाणात वसूल केले जातात. करदात्याची आर्थिक स्थिती विचारात घेऊन असे कर आकारले जातात.

२) निश्चितता :

प्रत्यक्ष करांच्या बाबतीत निश्चितता असते. प्रत्यक्ष करांचे दर निश्चित असतात. करदात्याला आपल्याला किती कर भरावा लागेल याची निश्चित कल्पना असते, तसेच प्रत्यक्ष करापासून किती उत्पन्न जमा होईल याची सरकारला माहिती असते. तसेच किती कालावधीत कराची रक्कम भरावयाची व कोणत्या पद्धतीने भरावयाची याची करदात्याला निश्चित माहिती असते.

३) विषमता कमी करतात :

प्रत्यक्ष कराचे स्वरूप प्रगतीशील असल्याने श्रीमंतांवर अधिक दराने कर आकारणी केली जाते व गरिबांना या करातून वगळले जाते. व्यक्तीच्या उत्पन्नाच्या पातळीतील वाढीबरोबर अशा करांच्या दरात वाढ होते असे कर श्रीमंतांना अधिक प्रमाणात द्यावे लागत असल्याने या करांच्याद्वारे त्यांच्या उत्पन्नाचा मोठा भाग काढून घेतला जातो. यापासून मिळालेले उत्पन्न गरिबांच्या अन्न, वस्त्र व निवारा या मूलभूत गरजांची पूर्तता करण्यासाठी खर्च केले जाते. त्यामुळे उत्पन्नातील विषमता कमी होण्यास मदत होते.

४) लवचिकता :

प्रत्यक्ष कर लवचिक असतात. प्रत्यक्ष करांच्या बाबतीतील लवचिकता असे स्पष्ट करते की, केवळ करांच्या दरात वाढ करून सरकारकडून अधिक उत्पन्न गोळा केले जाते. लोकांच्या उत्पन्नात वाढ झाली असता सरकारला प्रत्यक्ष करांपासून मिळणाऱ्या उत्पन्नात वाढ होते.

५) वसुली कमी खर्चिक :

प्रत्यक्ष कराच्या बाबतीत करवसुलीचा खर्च कमी असतो. उत्पन्न कराच्या बाबतीत असे दिसते की, पगारदार व्यक्तींकडून त्यांच्या पगारातूनच करकपात केली जाते. उत्पन्न, संपत्ती, देणगी अशा वेगवेगळ्या करांचे परीक्षण एकाच अधिकाऱ्यांकडून केले जाते. प्रत्येक करासाठी स्वतंत्र अधिकाऱ्याची गरज नसते.

६) सोपेपणा :

प्रत्यक्ष करांच्या बाबतीत सोपेपणा दिसून येतो असे कर सहजपणे समजतात. कराची रक्कम किती भरावी लागेल व कोणत्या कालावधीत भरावी लागेल हे समजणे अवघड नसते. कर भरणेही सोपे असते.

७) चलनवाढ विरोधी :

किंमत पातळीत स्थैर्य राखण्यासाठीच्या राजकोषीय धोरणाचे प्रत्यक्ष करआकारणी हे एक अतिशय चांगले साधन आहे. चलनवाढीच्या काळातील अतिरिक्त खरेदीशक्ती वाढीव प्रत्यक्ष कराद्वारे काढून घेतली जाते. त्यामुळे चलनवाढ आटोक्यात आणण्यास मदत होते.

८) प्रतिकूल परिणाम टाळता येतात :

प्रत्यक्ष कराचा एक महत्त्वाचा गुण असा की अशा करांचे काम, बचत व गुंतवणूक करण्याची इच्छा व क्षमता यावर होणारे प्रतिकूल परिणाम कराच्या दरात सुधारणा करून टाळता येतात. करात देण्यात येणारी सूट व सवलत याद्वारे उत्पादनावरील प्रतिकूल परिणाम टाळता येतात.

ब) प्रत्यक्ष कराचे दोष (Demerits of Direct Taxes) :

प्रत्यक्ष करांच्या बाबतीत अनेक गुण असले तरी अशा करांच्या बाबतीत अनेक दोष आहेत. प्रत्यक्ष करांच्या बाबतीत दिसून येणारे दोष पुढीलप्रमाणे आहेत.

१) लोकांत अप्रिय :

प्रत्यक्ष कर हे करदात्यांना आपल्या उत्पन्नातून किंवा पगारातून प्रत्यक्षपणे भरावे लागत असल्याने ते लोकांत अप्रिय आहेत. या कराची रक्कम मोठी असल्याने असे कर भरणे करदात्याला त्रासदायक वाटते.

२) गैरसोय :

प्रत्यक्ष कर करदात्याच्या दृष्टीने गैरसोयीचे असतात. करदात्याला उत्पन्न कर भरण्याबरोबरच ज्या उत्पन्नावर कर आकारला आहे त्या उत्पन्नाचे स्त्रोत स्पष्ट करणारे पत्रकही द्यावे लागते. व्यक्ती, व्यापारी, व्यावसायिक, उत्पादक यांना त्यांच्या उत्पन्नाचे स्त्रोत व खर्च याबाबतीत अनेक औपचारिक बाबी पूर्ण कराव्या लागतात. पगारदार व्यक्ती व्यतिरिक्त इतरांना हे कर आगोदरच व एकरकमी भरावे लागतात. त्यामुळे ते गैरसोयीचे ठरतात.

३) कर चुकवेगिरी :

प्रत्यक्ष कराच्या बाबतीत कर चुकवेगिरी आढळून येते. प्रत्यक्ष कर हा प्रामाणिकपणावरील कर आहे असे म्हटले जाते. मात्र, गैरव्यवहाराद्वारे असे कर चुकविण्याचा प्रयत्न केला जातो. अनेकदा आपले उत्पन्न कमी दाखवून कर चुकविले जातात. त्यातून मोठ्या प्रमाणात काळा पैसा निर्माण होतो. करदाता जर अप्रामाणिक असेल, तर प्रत्यक्ष कर पूर्णपणे किंवा काही प्रमाणात चुकविले जातात.

४) लहरी किंवा स्वेच्छाचारी :

प्रत्यक्ष कर हे लहरी असल्याचे दिसून येते कारण करआकारणीतील प्रगतीशीलतेचे प्रमाण निश्चित करण्याच्या बाबतीत शास्त्रीय पद्धती नाही. उत्पन्न कर आणि इतर प्रत्यक्ष कराचे दर करआकारणी अधिकाऱ्याच्या लहरीनुसार निश्चित होतात. ते करदात्यांच्या करक्षमतेचा योग्य प्रकारे विचार करीत नाहीत.

५) संकुचित कर आधार :

प्रत्यक्ष कर हे सर्वसाधारणपणे संकुचित स्वरूपाचे आहेत. एकूण लोकसंख्येपैकी फारच थोडे लोक या कराच्या कक्षेत येतात. गरीब लोकांना असे कर द्यावे लागत नाहीत.

६) बिनकिफायतशीर :

प्रत्यक्ष कराच्या बाबतीत ते किफायतशीर असल्याचा जेवढ्या प्रमाणात दावा केला जातो तेवढ्या प्रमाणात ते किफायतशीर नाहीत. प्रत्यक्ष करवसुलीसाठी मोठी यंत्रणा उभी करावी लागते. त्यासाठी मोठ्या प्रमाणात खर्च करावा लागतो.

७) काम व बचत करण्याच्या इच्छेवर प्रतिकूल परिणाम :

लोकांची काम करण्याची इच्छा कराच्या स्वरूपावर अवलंबून असते. अतिरिक्त नफा कर (excess profit tax) यासारख्या काही करांचा काम व बचत करण्याच्या इच्छेवर प्रतिकूल परिणाम होत नाही. मात्र, उच्च दराने उत्पन्न कराची आकारणी केली, तर लोकांच्या काम करण्याच्या व बचत करण्याच्या इच्छेवर प्रतिकूल परिणाम होतो. हे अर्थव्यवस्थेच्या दृष्टीने हानिकारक आहे.

४.२.३ अप्रत्यक्ष कर– गुण आणि दोष :

अप्रत्यक्ष कर म्हणजे असे कर की, ज्याचा भार दुसऱ्यावर ढकलता येतो. याचाच अर्थ अप्रत्यक्ष करांच्या बाबतीत कराघात एका व्यक्तीवर व करभार दुसऱ्या व्यक्तीवर पडतो. कर भरण्याची कायदेशीर जबाबदारी एका व्यक्तीची असते. मात्र, त्या कराचा भार दुसऱ्यावर ढकलला जातो. वस्तूवरील कर हे सर्वसाधारणपणे अप्रत्यक्ष कर असतात. ते कर उत्पादक किंवा विक्रेत्यावर आकारले जातात. मात्र, अशा करांचा किमतीत समावेश होऊन ते वस्तू विकत घेणाऱ्या ग्राहकांकडून वसूल केले जातात. उत्पादन शुल्क, विक्री कर, करमणूक कर, प्रवाशी कर हे अप्रत्यक्ष कर आहेत.

डाल्टनच्या मते, अप्रत्यक्ष कर एका व्यक्तीवर आकारला जातो; परंतु तो काही प्रमाणात किंवा सर्व इतर व्यक्ती भरते.

अ) अप्रत्यक्ष कराचे गुण (Merits of Indirect Taxes) :

प्रत्यक्ष करांप्रमाणचे अप्रत्यक्ष कराच्या बाबतीत काही गुण आहेत. अप्रत्यक्ष कराचे गुण पुढीलप्रमाणे आहेत.

१) सोयीचे :

अप्रत्यक्ष कर हे अधिक सोयीचे आहेत. सर्वसाधारणपणे असे कर वस्तूवर आकारले जात असल्याने व असे कर किमतीत समाविष्ट असल्याने कर भरणाऱ्यांना त्यांचा प्रत्यक्ष भार जाणवत नाही.

२) कर चुकविणे अवघड :

अनेक करदात्यांमध्ये कर चुकविण्याची प्रवृत्ती असते. वस्तूंच्या किमतीत अप्रत्यक्ष कर समाविष्ट असल्याने असे कर चुकविणे अवघड असते. ज्या वस्तूंवर कर आकारलेला नाही अशी वस्तू विकत न घेण्याचे करदात्याने ठरविले, तरच कर चुकविता येतो.

३) व्याप्ती मोठी :

प्रत्यक्ष करआकारणीपेक्षा अप्रत्यक्ष करआकारणीची व्याप्ती मोठी आहे. अप्रत्यक्ष कराच्या माध्यमातून समाजातील प्रत्येक व्यक्तीवर कर आकारला जातो. त्यामुळे सार्वजनिक उपयोगितेच्या सेवा पुरविण्यासाठी आवश्यक वित्तसाहाय्य सर्वांकडून उपलब्ध होते. अल्प, मध्यम व उच्च अशा सर्वच उत्पन्न गटातील लोकांकडून असे कर वसूल केले जातात.

४) मितव्यय :

विक्रीकरासारखे अप्रत्यक्ष कर हे व्यापारी, उत्पादक व विक्रेते वैयक्तिक खरेदीदाराकडून वसूल करतात आणि एकरकमी कर अधिकाऱ्याकडे भरतात. अशा प्रकारे अप्रत्यक्ष करांच्या बाबतीतही मितव्ययता दिसून येते.

५) लवचिक :

अप्रत्यक्ष कर लवचिक असू शकतात म्हणजेच अप्रत्यक्ष करापासूनच्या उत्पन्नात वाढ करता येऊ शकते. ज्या वस्तूंची मागणी अलवचिक आहे अशा वस्तूंवर करआकारणी करून उत्पन्नात वाढ करता येते.

६) प्रगतीशील :

अप्रत्यक्ष करही प्रगतीशील असू शकतात. चैनीच्या वस्तूंवर जेव्हा मोठ्या प्रमाणात कर आकारले जातात, तेव्हा त्याचा भार श्रीमंतांवर पडतो. चैनीच्या वस्तूंवर अधिक कर व सर्वसामान्य लोकांच्या उपभोगाच्या वस्तूंवर कमी कर किंवा करात सवलत याद्वारे अप्रत्यक्ष कर प्रगतीशील होऊ शकतात.

७) अनावश्यक उपभोगास आळा :

अप्रत्यक्ष कराचा एक महत्त्वाचा गुण असा की, या करांद्वारे अनावश्यक किंवा आरोग्याला अपायकारक असलेल्या वस्तूंच्या उपभोगाला आळा घालता येतो. दारू, सिगारेट, तंबाखू यासारख्या पदार्थांवर अधिक प्रमाणात करआकारणी करून त्यांचा उपभोग कमी करण्याच्या दृष्टीने प्रयत्न करता येतो.

८) विविधीकरण :

अप्रत्यक्ष करांच्या बाबतीत विविधीकरण दिसून येते. विविध प्रकारच्या वस्तू व सेवांवर असे कर आकारले जातात. त्यामुळे सरकारने जरी काही वस्तूंवरील कराचे दर कमी केले तरी सरकारला पुरेशा प्रमाणात उत्पन्न मिळण्यात अडचण येत नाही.

९) आर्थिक धोरणाचे शक्तिशाली साधन :

अप्रत्यक्ष कर हे सरकारच्या दृष्टीने आर्थिक धोरणाची अंमलबजावणी करण्याचे एक शक्तिशाली साधन आहे. समजा, सरकारला प्राधान्यतेने एखाद्या उद्योगाचा विकास करावयाचा असेल, तर सरकार अशा उद्योगाला करात सूट देऊन इतरांवरील करआकारणी तशीच कायम ठेवू शकते.

ब) अप्रत्यक्ष कराचे दोष (Demerits of Indirect Taxes) :

अप्रत्यक्ष कराच्या बाबतीत अनेक गुण असले तरी या कराच्या बाबतीत काही दोषही आहेत. हे दोष पुढीलप्रमाणे :

१) उत्पन्नाची अनिश्चितता :

अप्रत्यक्ष करांपासून मिळणारे उत्पन्न अनिश्चित असते. याचे कारण अशा करांचा वस्तूच्या मागणीवर कितपत परिणाम होईल याचा अचूक अंदाज करणे शक्य होत नाही. जर चैनीच्या वस्तूंवर फार मोठ्या प्रमाणात उत्पादन शुल्क किंवा अबकारी कर आकरला, तर त्या वस्तूंची किंमत वाढेल. चैनीच्या वस्तूंची मागणी लवचिक असल्याने किमतीतील वाढीमुळे अशा वस्तूंची विक्री कमी होऊन सरकारचे उत्पन्न कमी होऊ शकते.

२) प्रतिगामी :

गरिबांकडून उपभोग घेतल्या जात असलेल्या जीवनावश्यक वस्तूंवरील अप्रत्यक्ष कर हे प्रतिगामी स्वरूपाचे असतात. काडीपेटी, रॉकेल, साबण, टूथपेस्ट, ब्लेड यासारख्या वस्तू गरीब व श्रीमंतांना एकाच किमतीला खरेदी कराव्या लागतात. श्रीमंतांच्या तुलनेत गरिबांवर अधिक भार पडतो.

३) खर्चिक :

अप्रत्यक्ष कर हे खर्चिक आहेत कारण सरकारला असे कर गोळा करण्यासाठी मोठ्या प्रमाणात खर्च करावा लागतो. सरकारला उत्पादक, ठोक विक्रेते, किरकोळ विक्रेते यांचे खाते व त्यांच्याकडील साठे तपासण्यासाठी अधिकारी नेमावे लागतात.

४) चलनवाढकारक :

जेव्हा अप्रत्यक्ष करांवर अधिक भर दिला जातो, तेव्हा ते चलनवाढकारक ठरतात. जेव्हा वस्तूच्या किमतीत करात झालेल्या वाढीपेक्षाही मोठ्या प्रमाणात वाढ होते, तेव्हा सरकारपेक्षा व्यापाऱ्यांना त्याचा अधिक फायदा होतो. भारतात चलनवाढ मोठ्या प्रमाणात होण्यास फार मोठ्या लोकसंख्येकडून उपभोग घेतला जात असलेल्या वस्तूंवरील कर जबाबदार असल्याचे मानले जाते.

५) उत्पादन व रोजगारावर वाईट परिणाम :

काही वेळा अप्रत्यक्ष करांचा वस्तूच्या उत्पादनावर आणि रोजगारावरही प्रतिकूल परिणाम होतो. जेव्हा एखाद्या वस्तूवरील करात वाढ केल्यामुळे त्या वस्तूची किंमत वाढते, तेव्हा त्या विशिष्ट वस्तूची मागणी कमी होते. त्यामुळे अशा वस्तूचे उत्पादन कमी केले जाऊन रोजगारात घट होते.

६) नागरिकत्वाची जाणीव नसते :

जी व्यक्ती वस्तू खरेदी करते तिला आपण वस्तूच्या किमतीत समाविष्ट असलेला कर सरकारला देत आहोत याची जाणीव होत नाही. आपण सरकारी खजिन्यात भर टाकीत आहेत याची बहुतांशी करदात्याला कल्पना नसते. त्यामुळे लोकांना नागरिकत्वाची जाणीव नसते.

७) बचतीवर प्रतिकूल परिणाम :

अप्रत्यक्ष करांचा बचतीवर प्रतिकूल परिणाम होतो. अप्रत्यक्ष कर किमतीत समाविष्ट असतात. अप्रत्यक्ष करात वाढ होते, तेव्हा वस्तूंच्या किमतीत वाढ होते. लोकांना वस्तूंवर अधिक खर्च करावा लागतो. त्यामुळे बचतीवर प्रतिकूल परिणाम होतो.

८) कार्यक्षमतेवर प्रतिकूल परिणाम :

जीवनावश्यक वस्तूंवर उत्पादन शुल्क, विक्री कर यासारखे अप्रत्यक्ष कर आकारले असता श्रमिकांकडून अशा वस्तूंच्या उपभोगात घट केली जाते. त्यामुळे त्यांच्या कार्यक्षमतेत घट होते. श्रमिकांची उत्पादकता घटते.

४.३ प्रत्यक्ष आणि अप्रत्यक्ष कर सुधारणा, जीएसटी(GST) ची ओळख, जीएसटी मध्ये केंद्र आणि राज्याचा वाटा (Reforms in Direct and Indirect Taxes, Introduction of GST, Union State share in GST) :

प्रत्यक्ष आणि अप्रत्यक्ष कर सुधारणा, जीएसटी (GST) ची ओळख, जीएसटी मध्ये केंद्र आणि राज्याचा वाटा याविषयी माहिती पुढे दिली आहे.

४.३.१ प्रत्यक्ष आणि अप्रत्यक्ष कर सुधारणा :

प्रत्यक्ष आणि अप्रत्यक्ष कर सुधारणा याविषयी माहिती पुढे दिली आहे.

४.३.१.१ प्रत्यक्ष कर सुधारणा (Reforms in Direct Taxes) :

अलीकडील प्रमुख प्रत्यक्ष कर सुधारणा पुढीलप्रमाणे आहेत.

अ) कर दरात कपात आणि प्रत्यक्ष कर कायद्यांचे सरलीकरण (Reduction in tax rates and simplification of direct tax laws) :

१) कंपनी कर (Corporate Tax) :

आयकर कायदा, १९६१ चे सुलभीकरण आणि त्याच वेळी करांचे दर कमी करून सूट आणि प्रोत्साहने काढून टाकणे हे सरकारचे धोरण आहे. वित्त कायदा किंवा अधिनियम २०१६ पासून सुरुवात करून, निगम किंवा कंपन्यांना उपलब्ध सूट आणि प्रोत्साहने टप्प्याटप्प्याने कमी करताना कंपनी कराचे दर हळूहळू कमी केले गेले आहेत.

या धोरणाच्या पुढे, कर आकारणी कायदे (सुधारणा) कायदा, २०१९ द्वारे, कंपन्यांना काही सूट किंवा प्रोत्साहन न मिळाल्यास २२ टक्के (अधिक लागू अधिभार आणि उपकर) सवलतीच्या दराने कर भरण्याचा पर्याय प्रदान करण्यात आला आहे. नवीन काही देशांतर्गत वस्तुनिर्माण कंपन्या (१ ऑक्टोबर २०१९ नंतर स्थापन झालेल्या आणि ३१ मार्च २०२३ रोजी किंवा त्यापूर्वी उत्पादन सुरू करणाऱ्या) यांना विशिष्ट (specified) सूट व प्रोत्साहन दावा न करता १५ टक्के (अधिक लागू अधिभार आणि उपकर) कर भरण्याचा पर्याय प्रदान करण्यात आला आहे.

२) वैयक्तिक आयकर (Personal Income Tax) :

वैयक्तिक आयकर सुधारण्यासाठी, वित्त कायदा, २०२० ने वैयक्तिक करदात्यांनी विशिष्ट सूट आणि कपात सोडल्यास कमी स्लॅब दरांवर आयकर भरण्याचा पर्याय दिला आहे किंवा तरतूद केली आहे. याव्यतिरिक्त, वित्त कायदा, २०२० ने सहकारी संस्थेला विशिष्ट वजावट किंवा प्रोत्साहन सोडून देण्याच्या अधीन राहून २२ टक्के या सवलतीच्या दराने (अधिक लागू अधिभार आणि उपकर) कर भरण्याचा पर्याय देखील दिला आहे.

३) लाभांश वितरण कर (Dividend Distribution Tax -DDT) रद्द करणे :

भारतीय इक्विटी मार्केटचे आकर्षण वाढवण्यासाठी आणि गुंतवणूकदारांच्या मोठ्या वर्गाला दिलासा देण्यासाठी ज्यांच्या बाबतीत लाभांश उत्पन्न हे लाभांश वितरण कराच्या दरापेक्षा कमी दराने करपात्र आहे, वित्त कायदा, २०२० ने लाभांश वितरण कर काढून टाकला, ज्या अंतर्गत कंपन्यांना ०१-०४-२०२० पासून लाभांश वितरण कर भरण्याची आवश्यकता नाही. लाभांश उत्पन्नावर फक्त प्राप्तकर्त्यांच्या हातात (in the hands of the recipients) त्यांना लागू असलेल्या दराने (applicable rate) कर आकारला जाईल.

ब) करदात्यांना अनुपालनाची सुलभता (Ease of Compliance for Taxpayers) :

१) फेसलेस असेसमेंट योजना (Faceless assessment Scheme) :

फेसलेस (चेहराहीन) ॲनसेसमेंट योजना, २०१९ ही १२ सप्टेंबर २०१९ रोजी अधिसूचित करण्यात आली आहे. ती मुल्यांकन अधिकारी आणि कारपात्र व्यक्ति यांच्यातील सन्मुख किंवा इंटरफेस काढून टाकून, कार्यात्मक विशेषीकरणाद्वारे संसाधनांचा पर्याप्त वापर करून मूल्यांकन करण्यासाठी नवीन योजना प्रदान करते.

२) फेसलेस अपील (Faceless appeals) :

सुधारणांना पुढील स्तरावर नेण्यासाठी आणि किमान इंटरफेस आणि जास्तीत जास्त प्रशासनाच्या उद्देशाने अपीलकर्ता आणि आयकर आयुक्त (अपील) यांच्यातील विभागाच्या अपीलीय कार्यात मानवी इंटरफेस दूर करण्यासाठी २५ सप्टेंबर २०२० रोजी 'फेसलेस अपील योजना २०२०' सुरू करण्यात आली.

३) दस्तऐवज ओळख क्रमांक (Document Identification Number-DIN) :

आयकर विभागाच्या कामकाजात कार्यक्षमता आणि पारदर्शकता आणण्यासाठी, १ ऑक्टोबर, २०१९ पासून जारी करण्यात आलेला विभागाचा प्रत्येक पत्रव्यवहार किंवा संज्ञापन (communication) मग ते मूल्यांकन, अपील, तपास, दंड व सुधारणांशी संबंधित असो, संगणकाने उत्पन्न (computer generated) केलेला एकमात्र दस्तऐवज ओळख क्रमांक अनिवार्य आहे.

४) आयकर रिटर्नची पूर्व भरणे (Pre-filling of Income-tax Returns) :

कर अनुपालन (compliance) अधिक सोयीस्कर करण्यासाठी, वैयक्तिक करदात्यांना पूर्व-भरलेले आयकर परतावे (ITR) प्रदान केले आहेत. आयकर परतावा किंवा आयटीआर फॉर्ममध्ये आता पगाराच्या उत्पन्नासारख्या विशिष्ट उत्पन्नाचे अगोदर भरलेले तपशील आहेत. घराच्या मालमत्तेचे उत्पन्न, रोख्यांमधून मिळणारा भांडवली नफा, बँकेचे व्याज, लाभांश इत्यादी माहिती समाविष्ट करून प्री-फाइलिंगसाठीच्या माहितीची व्याप्ती आणखी वाढवली जात आहे.

५) स्टार्ट-अपसाठी अनुपालन नियमांचे सरलीकरण (Simplification of compliance norms for Start-ups) :

स्टार्ट-अप्सना त्रासमुक्त कर वातावरण प्रदान करण्यात आले आहे, ज्यात मूल्यांकन प्रक्रियेचे सुलभीकरण, समर्पित स्टार्ट-अप सेलची स्थापना समाविष्ट आहे.

६) खटल्यासाठीच्या नियमांमध्ये शिथिलता (Relaxation in the norms for Prosecution) :

खटला चालवण्याची मर्यादा लक्षणीयरीत्या वाढवण्यात आली आहे. खटल्याच्या मंजुरीसाठी वरिष्ठ अधिकाऱ्यांच्या कॉलेजियमची (a system of collegium of senior officers) प्रणाली सुरू करण्यात आली आहे.

क) खटल्यातील घट (Reduction in Litigation) :

१) विवाद से विश्वास (Vivad se Vishwas) :

सध्याच्या काळात, आयुक्त (अपील) (Commissioner (appeals)) स्तरापासून सर्वोच्च न्यायालयापर्यंत विविध स्तरांवर प्रत्यक्ष करांशी संबंधित मोठ्या प्रमाणात विवाद प्रलंबित आहेत. या कर विवादांमुळे सरकार तसेच करदाते या दोघांच्याही संसाधनांचा मोठा भाग खर्च होतो आणि सरकारला वेळेत महसूल गोळा करण्यापासून वंचित ठेवले जाते. ही वस्तुस्थिती लक्षात घेऊन, प्रलंबित कर विवादांचे निराकरण करण्याची तातडीची गरज भासू लागली. १७ मार्च २०२० रोजी प्रत्यक्ष कर विवाद से विश्वास कायदा, २०२० लागू करण्यात आला ज्या अंतर्गत सध्या विवादांचे निराकरण करण्यासाठी प्रतिज्ञापन (declarations) दाखल केले जात आहेत.

२) अपील दाखल करण्यासाठी चलनी मर्यादा वाढवणे (Raising of monetary limit for filing of appeal) :

करदात्यांच्या तक्रारींचे खटले प्रभावीपणे कमी करण्यासाठी आणि आयकर विभागाला जटिल कायदेशीर समस्या व उच्च कर प्रभाव असलेल्या खटल्यांवर लक्ष केंद्रित करण्यात मदत करण्यासाठी, विभागीय अपील दाखल करण्यासाठी चलनी मर्यादा वाढविण्यात आली. ती आयकर अपील न्यायाधिकरण (The Income Tax appellate Tribunal -ITT) समोर अपील करण्यासाठी २० लाख रुपयांवरून वाढवून ५० लाख रुपये, उच्च न्यायालयात अपील करण्यासाठी ५० लाख रुपयांवरून १ कोटी रुपये आणि सर्वोच्च न्यायालयात अपील करण्यासाठी १ कोटी रुपयांवरून २ कोटी रुपये करण्यात आली.

ड) डिजिटल व्यवहारांना चालना देण्यासाठी हाती घेतलेल्या उपाययोजना (Measures undertaken to promote digital transactions) :

१) काही रोख पैसे काढण्यावर स्त्रोतावर कर कपात किंवा टीडीएसचा लागू करणे (Introduction of TDS on certain cash withdrawals) :

बँक/पोस्ट ऑफिस/को-ऑप सोसायटी खात्यातून १ कोटी रुपयांपेक्षा जास्त रोख रक्कम काढण्यावर २ टक्के दराने स्त्रोतावर कर कपात किंवा टीडीएस (Tax Deducted at Source -TDS) आकारण्याची तरतूद केली. रिटर्न भरणे सुनिश्चित करण्यासाठी आणि रिटर्न न भरणाऱ्यांच्या रोख पैसे काढण्याची माहिती घेण्यासाठी, वित्त कायदा, २०२० ने रोख पैसे काढण्याची मर्यादा २० लाख रुपयांपर्यंत कमी केली आणि १ कोटी रुपयांपेक्षा जास्त रोख काढण्यावर ५ टक्के एवढ्या उच्च दराने स्त्रोतावर कर कपात किंवा टीडीएस अनिवार्य केली.

२) डिजिटल व्यवहारांना प्रोत्साहन (Promotion of Digital Transactions) :

डिजिटल उलाढालीच्या संदर्भात लहान व्यवसायांसाठी अनुमानित योजनेंतर्गत (under presumptive scheme) विद्यमान मानीव नफ्याचा (deemed profit) दर ८ टक्क्यांवरून ६ टक्क्यांपर्यंत कमी करण्यात आला आहे.

३) विहित इलेक्ट्रॉनिक पेमेंट पद्धतीसाठी अनिवार्य सुविधा (Mandatory facility for prescribed electronic mode of payment) :

५० कोटींपेक्षा जास्त उलाढाल असलेली प्रत्येक व्यावसायिक संस्था विहित इलेक्ट्रॉनिक पद्धतींद्वारे पेमेंट स्वीकारण्याची सुविधा प्रदान करेल ज्यावर व्यापारी सवलत दर (Merchant Discount Rate-MDR) आकारला जाणार नाही.

४) रोख व्यवहारांवर बंदी (Prohibition of cash transactions) :

दोन लाख रुपये किंवा त्याहून अधिक रकमेच्या रोख पावतीवर (Cash receipt) बंदी घालण्यात आली आहे. धर्मादाय संस्थेला रोख देणगीची मर्यादा १०,००० रुपयांवरून २,००० रुपयांपर्यंत कमी करण्यात आली आहे. राजकीय पक्षांसाठी २,००० रुपयांपेक्षा जास्त रोख रकमेच्या देणग्या स्वीकारणे प्रतिबंधित केले आहे. रोख व्यवसाय खर्चाची मर्यादा २०,००० रुपयांवरून १०,००० रुपयांपार्यात कमी करण्यात आली आहे.

इ) करचुकवेगिरीला आळा घालण्यासाठी आणि कराचा पाया रुंद करण्यासाठी हाती घेतलेले उपाय (Measures undertaken to curb Tax Evasion and widening of tax base) :

१) काळा पैसा कायदा (Black Money Act) :

परदेशात दडवलेल्या काळ्या पैशाच्या प्रवाहाला आळा घालण्यासाठी, काळा पैसा (अघोषित परकीय उत्पन्न आणि मालमत्ता) (Undisclosed Foreign Income and Assets) आणि कर आकारणी कायदा, २०१५ (काळा पैसा कायदा) (the Black Money Act)) लागू करण्यात आला. तो १-०७-२०१५ पासून लागू झाला.

२) बेनामी कायदा (Benami Law) :

बेनामी व्यवहार (प्रतिबंध) कायदा, १९८८ मध्ये बेनामी मालमत्ता जप्त करणे आणि बेनामीदार व लाभार्थी मालक यांच्यावर खटला चालवणे सक्षम करण्यासाठी बेनामी व्यवहार (प्रतिबंध) सुधारणा कायदा, २०१६ (Benami Transactions (Prohibition) Amendment Act, २०१६) द्वारे सर्वसमावेशकपणे सुधारणा करण्यात आली.

३) स्त्रोतावरील कर वजावट (TDS) आणि स्त्रोतावर कर संकलन (TCS) च्या व्याप्तीचा विस्तार (Expansion of scope of TDS/TCS) :

स्त्रोतावरील कर वजावट (TDS) आणि स्त्रोतावर कर संकलन (TCS) चे जाळे वाढवण्यासाठी अनेक नवीन व्यवहार त्यांच्या कक्षेत आणले गेले. या व्यवहारांमध्ये मोठ्या प्रमाणात रोख रक्कम काढणे, परदेशी पाठवणे, लक्झरी कार खरेदी करणे, ई-कॉमर्स सहभागी, वस्तूंची विक्री, स्थावर मालमत्तेचे संपादन इत्यादींचा समावेश आहे.

४) समानीकरण शुल्क (Equalisation Levy) :

अनिवासी डिजिटल कंपन्यांद्वारे मिळाविलेल्या नफ्यावर कर आकारणी न करण्याच्या समस्येला प्रभावीपणे हाताळण्यासाठी, भारताने २०१६ मध्ये ऑनलाइन जाहिरात महसुलावर ६ टक्के दराने समानीकरण शुल्क (Equalisation Levy) लागू केले आहे.

फ) इतर सुधारणा (Other Reforms) :

१) कराचा बोजा कमी करण्यासाठी कर दरात कपात (Reduction in tax rates to reduce tax burden) :

मूळ सूट मर्यादा २ लाख रुपयांवरून २.५ लाख रुपयांपर्यंत वाढवण्यात आली. २.५ लाख रुपये ते ५ लाख रुपये या स्लॅबसाठी कर दर १० टक्क्यांवरून ५ टक्क्यांपर्यंत कमी केला, ज्यामुळे कर दायित्वात १२,५०० रुपयांची घट झाली. पगारदार करदात्यांना मानक वजावट (Standard deduction) ४०,००० रुपये लागू करण्यात आली होती ती नंतर ५०,००० रुपयांपर्यंत वाढवण्यात आली आहे.

२) मध्यमवर्गीयांसाठी घरांना प्रोत्साहन देण्यास उपाययोजना (Measures to incentivise housing for the middle class) :

स्वत:च्या ताब्यात असलेल्या घर मालमत्तेसाठी व्याजाची वजावट १.५ लाख रुपयांवरून २ लाख रुपये केली. परवडणाऱ्या घराच्या खरेदीला प्रोत्साहन देण्यासाठी परवडणारे घर खरेदीसाठी घेतलेल्या कर्जावरील व्याजासाठी १.५ लाख वजावटीची तरतूद केली. ही अस्तित्वातील २ लाख रुपये व्याज कपातीव्यतिरिक्त असेल.

दीर्घकालीन भांडवली नफ्याच्या गणनेसाठी आधारभूत वर्ष १९८१ ऐवजी २००१ करण्यात आले, ज्यामुळे स्थावर मालमत्तेच्या हस्तांतरणावरील भांडवली लाभ कराचा बोजा कमी झाला. स्थावर मालमत्तेवर दीर्घकालीन लाभासाठी धारण कालावधी ३६ महिन्यांवरून २४ महिन्यांपर्यंत कमी करण्यात आला. स्थावर मालमत्तेवरील भांडवली नफ्याच्या गणनेच्या उद्देशाने (purpose) मुद्रांक शुल्क मूल्यावर २० टक्के सवलत प्रदान करण्यात आली.

घरभाडे भत्ता न मिळणाऱ्या व्यक्तीसाठी त्याने भरलेल्या भाड्याच्या कपातीची रक्कम २४,००० रुपयांवरून ६०,००० रुपयांपर्यंत वाढवण्यात आली.

३) बचत आणि इतर फायदे वाढवण्यासाठी (To increase Savings and other benefits) :

कलम ८०क (80C) अंतर्गत बचतीसाठी वजावटीची रक्कम १ लाख रुपयांवरून १.५ लाख रुपयांपर्यंत वाढवण्यात आली. वैद्यकीय विम्याची कपात मर्यादा १५,००० रुपयांवरून २५,००० रुपयांपर्यंत वाढवण्यात आली. व्यक्तीला इलेक्ट्रिक वाहन खरेदी करण्यास प्रोत्साहन देण्यासाठी, इलेक्ट्रिक वाहन खरेदीसाठी घेतलेल्या कर्जावरील व्याजासाठी १,५०,००० वजावट देण्यात आली.

४) अनुपालनाची सुलभता (Ease of compliance) :

व्यवसायांच्या अनुमानित (presumptive) कर आकारणीसाठी किमान (threshold) मर्यादा १ कोटी रुपयांवरून वाढवून २ कोटी रुपये करण्यात आली.

४.३.१.२ अप्रत्यक्ष कर सुधारणा (Reforms in Indirect Taxes) :

वस्तू आणि सेवा कर (जीएसटी) ही सर्वात मोठी अप्रत्यक्ष कर सुधारणा आहे. वस्तू आणि सेवा कर म्हणजे जीएसटी हा एक अप्रत्यक्ष कर आहे जो व्हॅट सेवा कर, खरेदी कर, उत्पादन शुल्क इत्यादीसारख्या इतर अप्रत्यक्ष करांच्या जागी आणला गेला. भारतातील काही वस्तू आणि सेवांच्या पुरवठ्यावर जीएसटी आकारला जातो. हा एक कर आहे जो संपूर्ण भारतात लागू आहे. १ जुलै, २०१७ पूर्वी, म्हणजेच जीएसटी लागू करण्यापूर्वी भारतीय अप्रत्यक्ष कर व्यवस्था मोठ्या प्रमाणात खंडित होती. केंद्र आणि राज्ये स्वतंत्रपणे वस्तू आणि सेवांवर कर आकारत होते. उत्पादन शुल्क, सेवा कर, व्हॅट, सीएसटी, खरेदी कर, करमणूक कर, जकात असे अनेक कर होते. या व्यतिरिक्त, अनेक दर होते. यामुळे अनुपालनाचा (compliance) मोठा बोजा पडत होता. करावर कर लादणे ही आणखी एक गंभीर समस्या होती. उदाहरणार्थ, उत्पादन शुल्क समाविष्ट असलेल्या मूल्यावर व्हॅट आकारला गेला.

जीएसटीपूर्वी, प्रत्येक आंतरराज्य सीमेवर कर नाके होते, ज्यामुळे आंतरराज्यांमध्ये मालाची वाहतूक करण्यात अडथळे निर्माण झाले होते. परिणामी, लॉजिस्टिक क्षेत्र अकार्यक्षम राहिले आणि त्याचा व्यवसायांवर विपरीत परिणाम झाला. प्रत्येक राज्य हे उद्योग आणि ग्राहकांसाठी प्रभावीपणे एक वेगळी बाजारपेठ होती. उद्योगाच्या कारखाने किंवा गोदामाच्या स्थान निवडीवर शुद्ध व्यवसाय विचारापेक्षा प्रचलित कर प्रणालीचा खूप प्रभाव होता. यामुळे आमचा उद्योग अस्पर्धक झाला. म्हणूनच, वस्तू आणि सेवा कर (जीएसटी) ही सर्वात मोठी कर सुधारणा आहे.

जीएसटी हा भारतातील कर आकारणीच्या इतिहासातील एक महत्त्वाचा टप्पा आहे. भारतासारख्या वैविध्यपूर्ण आणि संघीय देशात या सर्वसमावेशक प्रणाली लागू करणे विशेष उल्लेखनीय होते जेथे अनेक कर कायदे एकाच प्रणालीमध्ये

एकत्रित केले गेले. जीएसटीमुळे अखंड राष्ट्रीय बाजारपेठ निर्माण करण्यात मदत झाली आणि त्यामुळे आर्थिक विकासाला चालना मिळाली. जीएसटीने केवळ भारताच्या कर परिदृश्याला किंवा लँडस्केपला (tax landscape) आकार देण्यास मदत केली नाही तर देशभरात इतर अनेक अनुपालन आणि डिजिटल सुधारणांच्या अंमलबजावणीतही योगदान दिले. प्रक्रियांचे डिजिटायझेशन हा जीएसटीचा सर्वात मोठा फायदा आहे. नोंदणी करण्यापासून (obtaining a registration) ते रिटर्न भरण्यापर्यंत किंवा परतावा मिळण्यापर्यंत, प्रत्येक प्रक्रिया पूर्णपणे ऑनलाइन आहे. जीएसटी पोर्टलवर ऑनलाइन विवाद निराकरण प्रणाली देखील आहे, ज्यामुळे व्यवसायीकाला जीएसटी कार्यालयात जाण्याची गरज नाही.

४.३.२ जीएसटी(GST) ची ओळख, जीएसटी मध्ये केंद्र आणि राज्याचा वाटा :

वस्तू व सेवा कर किंवा जीएसटी (GST) ही केंद्र आणि राज्यातील प्रमुख अप्रत्यक्ष करांचे एकत्रीकरण करून भारतात लागू केलेली एक अप्रत्यक्ष कर सुधारणा आहे. भारतात १ जुलै २०१७ पासून जीएसटी लागू झाला.

अ) संकल्पना (Concept) :

वस्तू आणि सेवांची निर्मिती, विक्री आणि वापरावर लागणारा वस्तू व सेवा कर किंवा जीएसटी एक व्यापक कर आहे. जीएसटी हा मूल्यवर्धनावरील गंतव्य (destination) आधारित उपभोग कर आहे. पुरवठा साखळी किंवा प्रक्रियेच्या प्रत्येक व्यवहाराच्या टप्प्यावर तो मूल्यवर्धित वस्तू आणि सेवांवर गोळा केला जातो.

''जीएसटी हा सर्व मूल्यवर्धनावर आकारला जाणारा सर्वसमावेशक, बहु–चरण, गंतव्य–आधारित कर आहे.''

(*GST is a comprehensive, multi-stage, destination-based tax that is levied on every value addition.*)

जीएसटी पुढील दोन तत्त्वांवर आधारित आहे.

१) गंतव्य तत्त्व (Destination Principle) :

गंतव्य तत्त्व असे स्पष्ट करते की वस्तू आणि सेवांच्या पुरवठ्यावर वापराच्या किंवा उपभोगाच्या वेळी कर आकारला जाईल. याचा अर्थ जीएसटी गंतव्य आधारित कर प्रणालीसह स्त्रोत आधारित कर प्रणालीची जागा घेते.

२) वर्धित मूल्य तत्त्व (Value Added Principle) :

वर्धित मूल्य तत्त्व असे अधोरेखित करते की पुरवठा साखळीच्या प्रत्येक टप्प्यावर वस्तू किंवा सेवांच्या वर्धित मूल्य वर कर आकारला जाईल. मूळ उत्पादक किंवा सेवा प्रदात्यापासून अंतिम ग्राहकांपर्यंत, पुरवठा साखळीच्या प्रत्येक टप्प्यावर वर्धित मूल्य वर जीएसटी वसूल केला जाईल.

जीएसटी परिषद (GST Council) :

सुधारित घटनेच्या अनुच्छेद २७९अ (२७९) नुसार, जीएसटी परिषद हा केंद्र आणि राज्यांचा संयुक्त मंच आहे आणि त्यात पुढील सदस्यांचा समावेश आहे.

केंद्रीय अर्थमंत्री (Union Finance Minister)	अध्यक्ष (Chairperson)
केंद्रीय राज्यमंत्री, प्रभारी महसूल, अर्थमंत्रालय (The Union Minister of State, in-charge of Revenue, Min. of Finance)	सदस्य (Member)
प्रत्येक राज्य सरकारने नमित केलेला अर्थ किंवा करआकारणी किंवा कोणताही अन्य मंत्री (The Minister In-charge of Finance or Taxation or any other Minister nominated by each State Government)	सदस्य (Members)

जीएसटी परिषदेस केंद्र व राज्यांना पुढील बाबींवर शिफारसी करण्याचे अधिकार दिले आहेत.

१) केंद्र, राज्ये व स्थानिक संस्था यांनी आकारलेले कर, उपकर आणि अधिभार वस्तू आणि सेवा करात अंतर्भूत करणे;

२) वस्तू आणि सेवा करात अधीन केले जाऊ शकते किंवा वस्तू आणि सेवा करातून सूट मिळू शकते अशा वस्तू व सेवा;

३) मॉडेल वस्तू आणि सेवा कर कायदे, आकारणीचे तत्त्वे, एकात्मिक वस्तू आणि सेवा करांची विभागणी आणि पुरवठा ठिकाणी अपेक्षित असलेली किंवा शासन करणारी तत्त्वे (principles that govern the place of supply);

४) उलाढालीची आरंभ मर्यादा ज्याखाली वस्तू व सेवांना कर आणि सेवा करातून सूट मिळू शकते;

५) वस्तू आणि सेवा कराच्या गटासह किमान दर (floor rates);

६) कोणत्याही नैसर्गिक आपत्ती किंवा अरिष्ट काळात अतिरिक्त संसाधने वाढविण्यासाठी निर्दिष्ट (specified) कालावधीसाठी कोणताही विशेष दर किंवा दर;

७) अरुणाचल प्रदेश, आसाम, जम्मू आणि काश्मीर, मणिपूर, मेघालय, मिझोरम, नागालँड, सिक्किम, त्रिपुरा, हिमाचल प्रदेश आणि उत्तराखंड या राज्यांच्या संदर्भात विशेष तरतूद;

८) पेट्रोलियम क्रूड, हाय स्पीड डिझेल, मोटर स्पिरिट (पेट्रोल), नैसर्गिक वायू आणि विमानचालन टर्बाइन इंधनावर (aviation turbine fuel) जीएसटी आकारला जाईल तिची तारीख आणि

९) परिषद निर्णय घेईल अशी वस्तू आणि सेवा कराशी संबंधित इतर कोणतीही बाब या बाबींवर परिषद शिफारस करू शकते.

घटना (१०१ वी दुरुस्ती) अधिनियम,२०१६ मध्ये जीएसटी परिषदेचा प्रत्येक निर्णय उपस्थित असलेल्या आणि मतदानाच्या सदस्यांच्या भारित मतापैकी ३/४ पेक्षा कमी नसलेल्या बहुमताने त्याच्या बैठकीत घेण्यात येतो. एकत्रित झालेल्या बैठकीत एकूण मतांच्या १/३ एवढे केंद्र सरकारच्या मताचे एकूण महत्त्वप्रमाण (weightage) असेल आणि सर्व राज्य सरकारांच्या एकूण मतांचे महत्त्वप्रमाण (weightage) २/३ एवढे असेल. जीएसटी कौन्सिलच्या एकूण सदस्यांपैकी निम्म्या सदस्यांच्या बैठकीत कोरम पूर्ण होईल.

ब) वैशिष्ट्ये (Characteristics) :

जीएसटी व्हॅट कुळातला आहे कारण मूल्यवर्धनाच्या आधारे कर महसूल गोळा केला जातो. व्हॅट प्रणाली पूर्णपणे वस्तूंवर आधारित होती तर जीएसटीमध्ये वस्तूबरोबरच सेवा कराचा समावेश आहे. त्याचप्रमाणे, कराचा बोजा मोजताना इनपुट क्रेडिट दिले जाते म्हणजेच आदानावर दिलेले कर उत्पादनावर द्यावयाच्या करातून वगळले जातात. जीएसटीची मुख्य वैशिष्ट्ये खालीलप्रमाणे आहेत.

१) समाविष्ट कर :

केंद्र व राज्यातील बहुतेक महत्त्वाचे अप्रत्यक्ष कर जीएसटीअंतर्गत एकत्रित केले गेले आहेत. केंद्र सरकारचा सर्वात महत्त्वाचा कर (कर महसूल वसुलीच्या संदर्भात) केंद्रीय मूल्यवर्धित कर (किंवा केंद्रीय उत्पादन शुल्क), अतिरिक्त सीमा शुल्क (CVD), सीमाशुल्काचे विशेष अतिरिक्त शुल्क (SAD), केंद्रीय विक्री कर (केंद्राकडून आकारला जाणारा आणि राज्यांकडून गोळा केला जाणारा कर) आणि, केंद्राचा सर्वात वेगवान कर महसूल वाढणारा सेवा कर, राज्यांचा सर्वात महत्त्वाचा कर महसूल राज्य व्हॅट (विक्री कर) आता वस्तू व सेवा कराच्या अंतर्गत एका करात विलीन झालेले आहेत.

केंद्रासाठी तीन महत्त्वाचे अप्रत्यक्ष कर आहेत (केंद्रीय अबकारी कर, सेवा कर आणि सीमा शुल्क). यातील केंद्रीय उत्पादन शुल्क व सेवा कर जीएसटीच्या कक्षेत आणले आहेत. व्यापारावरील कर म्हणून सीमाशुल्क जीएसटीमध्ये विलीन केलेला नाही.

राज्यांमध्ये दोन महत्त्वपूर्ण अप्रत्यक्ष कर आहेत – विक्रीकर आणि राज्य उत्पादन शुल्क. या दोघांपैकी केवळ विक्री कर जीएसटीमध्ये विलीन झाला आहे. केंद्र आणि राज्यांच्या या चार मोठ्या करांसह अन्य अनेक कमी महसूल मिळवून देणारे करही जीएसटीच्या कक्षेत आणले आहेत.

I) केंद्राकडून आकारलेले व वसूल केले जणारे खालील कर जीएसटीमध्ये विलीन झाले आहेत.

i) केंद्रीय उत्पादन शुल्क (Union Excise duties)

ii) सेवा कर (Services tax)

iii) उत्पादन शुल्क (औषधी व प्रसाधान सामग्री) (Duties of Excise (Medicinal and Toilet Preparations)

iv) अतिरिक्त उत्पादन शुल्क (वस्त्र व वस्त्र उत्पादने) (Additional Duties of Excise (Textiles and Textile Products))

v) अतिरिक्त उत्पादन शुल्क (विशेष महत्त्व असलेल्या वस्तू) (Additional Duties of Excise (Goods of Special Importance))

vi) अतिरिक्त सीमाशुल्क (सामान्यत: सीव्हीडी म्हणून ओळखले जातात) (Additional Duties of Customs (commonly known as CVD))

vi) विशेष अतिरिक्त सीमा-शुल्क-एसएडी (Special Additional Duty of Customs - SAD)

viii) उपकर (सेस) आणि अधिभार (Cesses and surcharges)

II) जीएसटी अंतर्गत खालील राज्य कर (State taxes) अंतर्भूत केलेले हे आहेत.

i) राज्य व्हॅट (State VAT)

ii) केंद्रीय विक्री कर (Central Sales Tax)

iii) करमणूक कर (स्थानिक संस्थांनी न आकारलेला) (Entertainment Tax (not levied by the local bodies))

iv) प्रवेश कर (जकातऐवजी इतर) (Entry Tax (other than those in lieu of octroi))

v) चैनीच्या वस्तुवरील कर (Luxury Tax)

vi) जाहिरातींवरील कर (Taxes on advertisements)

vi) लॉटरी, सट्टेबाजी आणि जुगार यावरील कर (Taxes on lotteries, betting and gambling)

vii) वस्तू किंवा सेवांच्या पुरवठ्याशी संबंधित असणारे राज्य उपकर किंवा सेस आणि अधिभार. (State cesses and surcharges in so far as they relate to supply of goods or services)

जीएसटी मध्ये काही उल्लेखनीय कर समाविष्ट केलेले नसून त्यात पेट्रोलियम उत्पादनांवरील आकार/कर (leveis on petroleum products), अल्कोहोलिक उत्पादनांवर कर (tax on alchoholic products), वीज आकार/कर (electricity duteis/taxes), स्थावर मालमत्तेवर मुद्रांक शुल्क (stamp duteis on immovabel properties) आणि वाहन कर (vehicle taxes).

२) एकत्रित कर व्यवस्था (Unified tax regime) :

जीएसटीने वस्तू कर आणि सेवा कर यांना एकत्रित कर व्यवस्थेत सामावून घेतले आहे. पूर्वी वस्तू आणि सेवांवर वेगवेगळ्या पद्धतीने कर आकारले आणि प्रशासित केले जात होते.

३) चार स्तरीय दर रचना :

जीएसटीच्या बाबतीत चार स्तरीय दर रचना आहे. कर स्लॅब ५ टक्के, १२ टक्के, १८ टक्के आणि २८ टक्के असे आहेत. जीवनावश्यक वस्तूंवर ० टक्के दर आहे. जीएसटीअंतर्गत खाद्यपदार्थांसारख्या जीवनावश्यक वस्तूंना करातून सूट देण्यात आली आहे. वस्तूच्या स्वरूपाचा म्हणजेच वस्तू जीवनावश्यक आहेत की चैनीच्या याचा विचार जीएसटीची दर रचना ठरविताना केलेला आहे.

४) जीएसटी अंतर्गत सेवा कराचा दर :

जीएसटी अंतर्गतची कर रचना भेदावर आधारलेली आहे. आवश्यक सेवांवर ५ टक्के एवढा कमी कर दर आकारला जातो. सामान्य सेवांवर १२ टक्के आणि काही व्यावसायिक सेवांवर १८ टक्के कर आकारला जातो. चैनीच्या सेवांवरील कर दर २८ टक्के आहे. शैक्षणिक संस्था, पोस्ट ऑफिसेस इत्यादींद्वारे प्रदान केलेल्या शिक्षणासारख्या अनेक सेवांना सेवा करापासून सूट देण्यात आली आहे.

५) जीएसटी अंतर्गत उलाढालीची मर्यादा आणि कमी उलाढाल संस्थांवरील कराचा अधिकार :

जेव्हा व्यवसायाची उलाढाल प्रतिवर्षी २० लाखांपेक्षा जास्त असते तेव्हा जीएसटी लागू केला जातो (ईशान्येकडील राज्यांसाठी ही मर्यादा १० लाख रुपये आहे). इनपुट टॅक्स क्रेडिट मिळवू इच्छित असलेल्या व्यापाऱ्यांनी त्यांची विक्री प्रतिवर्षी २० लाखांपेक्षा कमी असली तरीही त्यांना ऐच्छिक नोंदणी करावी लागते. अन्य राज्यांना वस्तू

पुरविणाऱ्या व्यापाऱ्यांना त्यांची विक्री २० लाख रुपयांपेक्षा कमी असली तरीही जीएसटी अंतर्गत नोंदणी करावी लागते.

६) केंद्र आणि राज्ये यांच्यात कर महसूल विनियोग :

जीएसटी कर महसूल केंद्र आणि राज्ये यांच्यात समान प्रमाणात म्हणजेच ५०:५० प्रमाणात विभागला जातो. याचाच अर्थ जर सेवेवर १८ टक्के कर आकारला तर ९ टक्के केंद्राला आणि ९ टक्के संबंधित राज्यात मि ळतात.

७) जीएसटीचे घटक :

एकात्मिक जीएसटी (आयजीएसटी), केंद्रीय जीएसटी (सीजीएसटी) आणि राज्य जीएसटी (एसजीएसटी) हे जीएसटीचे तीन घटक आहेत. जर वस्तू किंवा सेवेची विक्री आंतर-राज्य किंवा दोन राज्यांच्या दरम्यान असेल तर एकात्मिक जीएसटी (आयजीएसटी) लागू होतो. जर विक्री राज्यातच असेल तर केंद्रीय जीएसटी (सीजीएसटी) आणि राज्य जीएसटी (एसजीएसटी) लागू होतो.

i) एकात्मिक जीएसटी (आयजीएसटी) :

जर वस्तू किंवा सेवेची विक्री आंतर-राज्य किंवा दोन राज्यांच्या दरम्यान असेल तर आयजीएसटी किंवा एकात्मिक (Integrated) जीएसटी लागू होतो. जेव्हा दोन राज्ये/केंद्रशासित प्रदेश किंवा राज्य/केंद्रशासित प्रदेश आणि कोणत्याही परकीय क्षेत्रामध्ये व्यवहार होतो तेव्हा लागू असलेल्या जीएसटी दरावर कोणतेही विभाजन (bifurcation) न करता आयजीएसटी आकारला जातो.

ii) केंद्रीय जीएसटी (सीजीएसटी) :

प्रत्येक व्यवहारावर भरलेला जीएसटी दोन समान भागांमध्ये विभागला जातो. त्यातील एक भाग (५० टक्के) केंद्राचा असतो व त्यास सीजीएसटी म्हणतात.

iii) राज्य जीएसटी (एसजीएसटी) :

जेव्हा एखादा व्यवहार राज्यात होतो तेव्हा आकारलेल्या जीएसटीच्या दोन समान भागापैकी एक राज्याच्या वाट्याचा असतो व त्यास एसजीएसटी म्हणतात.

iv) केंद्रशासित प्रदेश जीएसटी (यूजीएसटी) :

जेव्हा कायदेमंडळाविना केंद्रशासित प्रदेशात (UT) व्यवहार होतो तेव्हा केंद्रशासित प्रदेशास जीएसटीचा जो भाग मिळतो त्यास यूजीएसटी म्हणतात.

क) भारतातील जीएसटीची गरज (Need for GST in India) :

भारतात १ जुलै २०१७ पासून जीएसटी लागू झाला. भारतात जीएसटीची गरज का होती हे पुढीलप्रमाणे स्पष्ट करता येईल.

१) सुलभ कर रचना :

करदात्यांच्या दृष्टीने कर रचना सुलभ असणे आवश्यक असते. कर रचना सुलभ करण्यासाठी आणि कर बुडविण्याच्या बाबतीत फारसा वाव न ठेवण्यासाठी जीएसटीची गरज होती. जीएसटीपूर्वी ग्राहकांकडून मोठ्या

प्रमाणात कर भरावे लागत होते. जीएसटीमुळे किती कर भरायला लागणार आहे, हे समजणे खूप सोपे आहे. व्यवसायांसाठी, अकाउंटिंगची गुंतागुंत कमी होईल आणि पेपरवर्क कमी होईल, ज्यामुळे वेळ आणि पैशांची बचत होईल.

२) कर महसूलात वाढ :

भारतात कर महसूलात वाढ करण्यासाठी जीएसटीची आवश्यकता होती. साध्या कराच्या रचनेमुळे अधिक कर भरणा होईल आणि सरकारला अधिक महसूल मिळेल.

३) स्पर्धात्मक किंमत :

वस्तू व सेवांच्या किमतीत घट होऊन किमती स्पर्धात्मक होण्यासाठी जीएसटीची आवश्यकता होती. जीएसटीमुळे इतर अप्रत्यक्ष कर काढून टाकले जातील आणि शेवटच्या वापरकर्त्यांना किंवा ग्राहकांना कमी कर द्यावे लागतील. त्यामुळे वस्तू व सेवांच्या किंमती कमी होतील. त्यामुळे वस्तू व सेवांच्या मागणीत वाढ होऊन त्याचा फायदा कंपन्यांना होईल.

४) निर्यातीला चालना :

भारताच्या निर्यातीला चालना देण्यासाठी सुलभ कर रचनेची आणि किमती स्पर्धात्मक होण्याची आवश्यकता होती. जीएसटीमुळे हे शक्य होणार असल्याने जीएसटीची गरज होती. करव्यवस्थेतील गुंतागुंत कमी करणे व पारदर्शकता वाढविण्याची आवश्यकता असलेल्या भारतासारख्या देशात जीएसटीची गरज होती. किमती स्पर्धात्मक झाल्यास अधिकाधिक निर्यातदार पुढे येतील आणि निर्यातीला चालना मिळेल.

४.४ अर्थसंकल्प–अर्थ आणि घटक, अर्थसंकल्पाचे आर्थिक वर्गीकरण, समतोल अर्थसंकल्प गुणक, लिंगभाव अर्थसंकल्प–संकल्पना व उद्दिष्टे (Budget- Meaning and Components, Economic Classification of Budget, Balanced Budget Multiplier, Gender Budget- Concept, Objectives) :

अर्थसंकल्प–अर्थ आणि घटक, अर्थसंकल्पाचे आर्थिक वर्गीकरण, समतोल अर्थसंकल्प गुणक, लिंगभाव अर्थसंकल्प–संकल्पना व उद्दिष्टे याविषयी माहिती पुढे दिली आहे.

४.४.१ अर्थसंकल्प – अर्थ आणि घटक :

अ) अर्थसंकल्पाचा अर्थ :

अर्थसंकल्प म्हणजे असे साधन आहे की, ज्याद्वारे सरकार संपूर्ण अर्थव्यवस्थेवर नियंत्रण ठेवते. अर्थसंकल्प म्हणजे वित्तीय योजना असून ती सरकारला निर्णय घेण्याच्या बाबतीत मदत करते.

भारताच्या घटनेत अर्थसंकल्प या संज्ञेचा अर्थ पुढीलप्रमाणे दिला आहे.

''अर्थसंकल्प म्हणजे वित्तीय वर्षाच्या संदर्भात भारत सरकार किंवा राज्य सरकारच्या उत्पन्न व प्राप्तीचा अंदाज मांडणारे वार्षिक वित्तीय विवरणपत्रक होय.''

(Budget is the annual financial statement of the estimated receipt and expenditure of the Government of India or the State Government, in respect of a financial year.)

अशा प्रकारे अर्थसंकल्प म्हणजे सरकारच्या वित्तीय योजनेचे विवरणपत्र होय. त्यात पुढील बाबी दर्शविल्या जातात.

अ) पूर्ण झालेल्या शेवटच्या वित्तीय वर्षाचा महसूल किंवा उत्पन्न आणि खर्च.

ब) चालू वर्षासाठीच्या म्हणजेच पूर्ण न झालेल्या वर्षाच्या उत्पन्न व खर्चाचा अंदाज.

क) पुढील वित्तीय वर्षासाठीच्या अपेक्षित उत्पन्नाचा व ठरविलेल्या खर्चाचा अंदाज.

सरकारच्या उत्पन्न व खर्चासंबंधीच्या अंदाजावरून येणाऱ्या पुढील वित्तीय वर्षात सरकार कोणकोणत्या प्रकारचे व्यवहार करणार आहे आणि अशा प्रकारच्या व्यवहारासाठी कोणत्या पद्धतीने वित्तीय साधनसामग्री उभारली जाणार आहे याची माहिती मिळते. त्याचबरोबर सरकारने अर्थव्यवस्थेतील वित्तीय साधनसामग्रीस कशा प्रकारे दिशा दिली आहे हेही अर्थसंकल्पातून समजते.

ब) अर्थसंकल्पाचे घटक :

अर्थसंकल्प म्हणजे सरकारचा वित्तीय योजनेचा नियोजित आराखडा असतो. एक वर्षाच्या कालावधीसाठी सरकार विविध गोष्टींसाठी किती पैसा खर्च करणार आहे आणि खर्च करण्यासाठी तो पैसा सरकारला कोणकोणत्या मार्गांनी मिळणार आहे याचा अंदाज अर्थसंकल्पावरुन येतो. थोडक्यात, रुपया कसा 'येणार' व रुपया कसा 'जाणार' याचे चित्रण अर्थसंकल्पात असल्याने अर्थसंकल्पाचे घटकही सरकारच्या प्राप्ती (उत्पन्न) व खर्चाशी निगडित असतात. यांचे वर्गीकरण महसुली अर्थसंकल्प व भांडवली अर्थसंकल्प अशा दोन प्रकारात करता येईल.

i) महसुली अर्थसंकल्प :

या अर्थसंकल्पात सरकारचे अपेक्षित महसुली उत्पन्न व अपेक्षित महसुली खर्च यांचा समावेश होतो. महसुली उत्पन्न व महसुली खर्च समान असल्यास त्यास 'समतोल अर्थसंकल्प' म्हणता येते. महसुली उत्पन्न जास्त झाल्यास शिलकीचे अंदाजपत्रक अथवा शिलकीचा अर्थसंकल्प असे म्हणता येते. अंदाजपत्रकात पुढील वर्षाचे 'महसुली जमा' रकमेचे अंदाज काढले जातात. महसुली उत्पन्न व महसुली खर्च यातील फरकास 'महसुली तूट' म्हणतात. महसुली तूट हे राजकोषीय असमतोलाचे पारंपरिक मापन आहे.

१) महसुली उत्पन्न :

सरकारची देणी वाढणार नाहीत अशा कर, शुल्क वगैरेंपासून मिळणाऱ्या उत्पन्नाचा महसुली उत्पन्नात समावेश होतो. सर्व प्रकारच्या प्रत्यक्ष व अप्रत्यक्ष करांपासून मिळणारे उत्पन्न, सरकारी किंवा सार्वजनिक उद्योगातून मिळणारे उत्पन्न, मिळणारे व्याज, गुंतवणुकीवरील लाभांश, शिक्षण, आरोग्य, बँकिंग या सरकारी सेवांपासून मिळणारे उत्पन्न या सर्व उत्पन्नांचा समावेश महसुली उत्पन्नामध्ये करता येईल.

२) महसुली खर्च :

महसुली खर्चामध्ये अशा खर्चांचा समावेश होतो की, ज्यामुळे सरकारच्या देण्यात घट होत नाही. यामध्ये सरकारचा विविध गोष्टींसाठी होणारा खर्च समाविष्ट केलेला असतो. विकास कामांवरील खर्च, पायाभूत सुविधांवरील खर्च, सरकारी कर्मचाऱ्यांचे पगार, हिशेब तपासणी व वसुलीचा खर्च, विविध योजनांना दिलेली अनुदाने, कर्जपरतफेडीचा खर्च, सरकारचा प्रशासकीय खर्च हे सर्व खर्चही अर्थसंकल्पातील एक घटक असतात.

ii) भांडवली अर्थसंकल्प :

या अर्थसंकल्पात सरकारचे भांडवली उत्पन्न व भांडवली खर्च यांचा समावेश होतो. जमीन, इमारती, यंत्रसामग्री अशासारख्या स्थावर मालमत्तेवर होणाऱ्या खर्चास भांडवली खर्च म्हणता येईल व त्यापासून मिळणाऱ्या उत्पन्नास भांडवली उत्पन्न म्हणता येईल.

१) भांडवली उत्पन्न :

यामध्ये ज्यांच्यामुळे सरकारच्या देण्यात वाढ होते अशा भांडवली उत्पन्नाच्या बाबी असतात. उदा. कर्जउभारणी. आजारी सार्वजनिक उद्योगाचे भांडवल विकून मिळालेला पैसा, भांडवल बाजारातून घेतलेली दीर्घमुदतीची व अल्पमुदतीची कर्जे, दिलेल्या कर्जाची वसुली, अल्पबचत, भविष्यनिर्वाह निधी यातून मिळारी पैसा या भांडवली उत्पन्नाच्या बाबी आहेत.

२) भांडवली खर्च :

भांडवली खर्च म्हणजे अशा गोष्टींसाठी केलेला खर्च की ज्यापासून पुन्हा भांडवलनिर्मिती होते. वस्तू आणि सेवांचे उत्पादन करण्यासाठी भांडवली खर्च उपयोगी पडतो. विकास कामांसाठी केलेला खर्च, त्या अंतर्गत दिलेली कर्जे, जमीन, इमारती, यंत्रसामग्री या गोष्टींवर केलेला खर्च, सार्वजनिक बांधकाम, इमारती यावर होणारा खर्च, तीनही सैन्यदलासाठी केलेला खर्च हे सर्व भांडवली खर्च आहेत. इतर भांडवली खर्चाबरोबरच ज्यामुळे सरकारच्या देण्यात घट होते अशा बाबीही भांडवली खर्चाच्या ठरतात. उदा. कर्जाची परतफेड.

अशा प्रकारे अर्थसंकल्पाचे घटक म्हणजे त्या समाविष्ट केलेल्या उत्पन्न व खर्चाच्या बाबी होत. महसुली अर्थसंकल्प व भांडवली अर्थसंकल्प अशा दोन प्रकारात हे उत्पन्न व खर्च मांडले जातात.

४.४.२ अर्थसंकल्पाचे आर्थिक वर्गीकरण :

अर्थसंकल्पाची वेगवेगळ्या प्रकारात विभागणी केली जाते. स्थूलमानाने समतोल अर्थसंकल्प व असमतोल अर्थसंकल्प असे अर्थसंकल्पाचे दोन प्रकार पाडले जातात. असमतोल अर्थसंकल्पाचे तुटीचा अर्थसंकल्प आणि शिलकी अर्थसंकल्प असे आणखी दोन प्रकार केले जातात. अशा प्रकारच्या वर्गीकरणाबरोबर अर्थसंकल्पाची महसुली अर्थसंकल्प आणि भांडवली अर्थसंकल्प अशा दोन आणि इतर प्रकारातही विभागणी केली जाते.

१) समतोल व असमतोल अर्थसंकल्प (Balanced and Unbalanced Budget) :

समतोल अर्थसंकल्प :

डाल्टन यांच्या मते, दिलेल्या काळात खर्चापेक्षा प्राप्ती किंवा उत्पन्न किंवा महसूल कमी पडत नाही म्हणजे समतोल अर्थसंकल्प होय (A balanced budget is that, over a period of time, revenue does not fall short of expenditure). दुसऱ्या शब्दात सांगावयाचे झाल्यास, जेव्हा सरकारचा कर महसूल आणि खर्च समान असतो तेव्हा त्या अर्थसंकल्पास समतोल अर्थसंकल्प म्हटले जाते.

ॲडम स्मिथसारख्या सनातनवादी अर्थशास्त्रज्ञांनी समतोल अर्थसंकल्पाचे समर्थन केलेले आहे. त्यांच्या मते, तुटीचा अर्थसंकल्प सरकार किंवा देशावरील निव्वळ अनुत्पादक कर्जात वाढ करू शकतो.

असमतोल अर्थसंकल्प :

जेव्हा सरकारचे उत्पन्न आणि खर्च समान नसतो तेव्हा त्यास असमतोल अर्थसंकल्प असे म्हणतात. अर्थसंकल्पातील असमतोल उत्पन्नापेक्षा खर्च अधिक असल्याने किंवा खर्चापेक्षा उत्पन्न अधिक असल्याने निर्माण होतो. असमतोल अर्थसंकल्प हा तुटीचा किंवा शिलकी असतो.

अ) तुटीचा अर्थसंकल्प (Deficit Budget) :

जेव्हा सरकारचा अपेक्षित खर्च उत्पन्नापेक्षा जास्त असतो तेव्हा त्यास तुटीचा अर्थसंकल्प म्हणतात. तुटीच्या अर्थसंकल्पाच्या बाबतीत तुटीची रक्कम लोकांकडून कर्ज घेऊन किंवा सरकारकडील संचित शिलकीतून पैसा काढून भागविली जाते. अशा प्रकारे तुटीचा अर्थसंकल्प सरकारच्या दायित्वात वाढ करतो किंवा राखीव रकमेत घट करतो.

तुटीचा अर्थसंकल्प हा मंदीच्या काळात आर्थिक स्थैर्य साध्य करण्याच्या व राखण्याच्या बाबतीत अतिशय उपयुक्त ठरतो. सनातनवादी अर्थशास्त्रज्ञांनी समतोल अर्थसंकल्पाचे समर्थन करून तुटीच्या अर्थसंकल्पाला विरोध केला.

ब) शिलकी अर्थसंकल्प (Surplus Budget) :

जेव्हा सरकारचे अपेक्षित उत्पन्न हे खर्चापेक्षा जास्त असते तेव्हा त्यास शिलकी अर्थसंकल्प असे म्हणतात. शिलकी अर्थसंकल्पातील शिलकी रकमेमुळे सार्वजनिक कर्जात घट होते किंवा सरकारच्या संचित शिलकी उत्पन्नात वाढ होते. शिलकी अर्थसंकल्प सरकारचे दायित्व कमी करतो किंवा राखीव निधीत वाढ करतो. सार्वजनिक कर्जाची परतफेड करण्यासाठी सरकार जाणीवपूर्वक शिलकी अर्थसंकल्प तयार करते. शिलकी अर्थसंकल्प तयार करण्यामागे सरकारचा हेतू कर्जाची परतफेड हा असेल तर त्याबद्दल हरकत घेतली जात नाही.

चलनवाढ आणि वाढत्या किमतीच्या स्थितीत शिलकी अर्थसंकल्प उपयोगी पडतो. चलनवाढ व वाढत्या किमती आटोक्यात आणण्यास अशा अर्थसंकल्पाची मदत होते.

आधुनिक अर्थशास्त्रज्ञांच्या मते, समतोल अर्थसंकल्पाचे धोरण अर्थव्यवस्थेच्या दृष्टीने नेहमीच उपयोगी पडत नाही. मंदीच्या काळात तुटीचा अर्थसंकल्प तर तेजीच्या किंवा चलनवाढीच्या परिस्थितीत शिलकी अर्थसंकल्प उपयोगी पडतो.

२) महसुली व भांडवली अर्थसंकल्प (Revenue and Capital Budget) :

अर्थसंकल्पाचे महसुली अर्थसंकल्प आणि भांडवली अर्थसंकल्प अशा दोन प्रकारातही वर्गीकरण केले जाते.

महसुली अर्थसंकल्प :

महसुली अर्थसंकल्पात सरकारचे अपेक्षित महसुली उत्पन्न व अपेक्षित महसुली खर्च यांचा समावेश होतो. सरकारची देणी वाढत नाही अशा कर, शुल्क वगैरेपासून मिळणाऱ्या उत्पन्नाचा महसुली उत्पन्नात समावेश होतो तर ज्यामुळे सरकारच्या देण्यात घट होत नाही अशा कर्मचाऱ्यांच्या वेतनावरील खर्च, प्रशासनावरील खर्च यांचा महसुली खर्चात समावेश होतो.

भांडवली अर्थसंकल्प :

भांडवली अर्थसंकल्पात सरकारच्या भांडवली उत्पन्न व खर्चाचा समावेश होतो. ज्यामुळे सरकारच्या देण्यात वाढ होते अशा बाबी भांडवली उत्पन्नाच्या असतात. उदा. कर्जउभारणी. तर ज्यामुळे सरकारच्या देण्यात घट होते अशा बाबी भांडवली खर्चाच्या ठरतात. उदा. कर्जाची परतफेड.

३) योजना व योजनेतर अर्थसंकल्प (Plan and Non-plan Budgets) :

जगातील अनेक देशात आर्थिक नियोजनाचा अंगीकार केलेला आहे. अशा देशात योजनांची आखणी करून त्या राबविल्या जातात. आर्थिक नियोजनाचा स्विकार केलेल्या देशात मुख्य अर्थसंकल्पाची विभागणी योजना अर्थसंकल्प आणि योजनेतर अर्थसंकल्प या दोन प्रकारात केली जाते. योजना अर्थसंकल्पात शेती, उद्योग, वाहतूक व दळणवळण, उर्जा, सामाजिक सेवा वगैरे क्षेत्राशी संबंधित सरकारच्या वित्तीय तरतुदींचा समावेश असतो. केंद्राकडून राज्यांच्या योजनांना सहाय्य केले जाते. अशा केंद्रीय सहाय्याचाही समावेश योजना अर्थसंकल्पात केला जातो. योजना अर्थसंकल्पात योजनेच्या माध्यमातून करावयाच्या खर्चाचा समावेश असतो. याउलट योजनेतर अर्थसंकल्पात सरकारच्या योजनाबाह्य खर्चाच्या बाबतीतील वित्तीय तरतुदींचा समावेश असतो.

४) मुख्य अर्थसंकल्प आणि पूरक अर्थसंकल्प (Main and Supplementary Budgets) :

मुख्य अर्थसंकल्प आणि पूरक अर्थसंकल्प असेही अर्थसंकल्पाचे दोन प्रकार पडतात. संपूर्ण राजकोषीय वर्षासाठी सादर करण्यात येणारा अर्थसंकल्प म्हणजे मुख्य अर्थसंकल्प होय. मुख्य अर्थसंकल्प म्हणजे सरकारचे वार्षिक वित्तीय विवरणपत्रक असून यात सरकारच्या प्राप्तीचा व खर्चाचा अंदाज दिलेला असतो. काही वेळा देशाच्या संसदेत पूरक अर्थसंकल्पही सादर केला जातो. युध्द, महापूर, भूकंप अशा आपत्तीच्या काळात सरकारला अशा कारणांमुळे मोठ्या प्रमाणावर खर्च करावा लागतो. महसूलाच्या नेहमीच्या स्त्रोताद्वारे असा खर्च भागविण्यासाठी उत्पन्न मिळविणे शक्य होत नाही. हा खर्च भागविण्यासाठी कर आणि करेतर महसूल वाढविणे आवश्यक असते. पूरक अर्थसंकल्पाच्या माध्यमातून अशा अचानक उद्‌भवणाऱ्या खर्चासाठीची वित्तीय तरतुद केली जाते. जेव्हा आणीबाणीची परिस्थिती उद्‌भवते तेव्हा सरकार पूरक अर्थसंकल्प तयार करते व तो सादर करते. पूरक अर्थसंकल्प मांडण्याची विशिष्ट वेळ नसते किंवा त्याचा कालावधीही निश्चित नसतो. आवश्यकता भासेल तेव्हा तो सरकारकडून सादर केला जातो.

५) वैधानिक अर्थसंकल्प आणि कार्यकारी अर्थसंकल्प (Legislative Budget and Executive Budget):

संसदेने आपल्या सदस्यांमधून नियुक्त केलेल्या विविध समित्यांकडून वैधानिक अर्थसंकल्प तयार केला जातो. वैधानिक अर्थसंकल्प संसदेकडून मंजूर केला जातो. कार्यकारी अर्थसंकल्पात महसूल किंवा प्राप्ती व खर्चाचे अंदाज विविध मंत्रालये व विभाग यांच्याकडून तयार केले जातात आणि वित्त मंत्रालयाकडे दिले जातात. ते सर्व एकत्रित करून मुख्य अर्थसंकल्प तयार केला जातो व तो स्विकारण्यासाठी संसदेत सादर केला जातो.

६) प्रशासकीय अर्थसंकल्प आणि रोख अर्थसंकल्प (Administrative Budget and Cash Budget) :

अमेरिकेत अर्थसंकल्पाची विभागणी प्रशासकीय अर्थसंकल्प आणि रोख अर्थसंकल्प अशा दोन प्रकारात केली जाते. प्रशासकीय अर्थसंकल्पात प्राप्ती आणि खर्च वास्तविक आधारावर (Actual basis) दर्शविले जातात.

यात सरकारच्या मालकीचे निधी वगळले जातात. तर दुसऱ्या बाजूला रोख अर्थसंकल्पात प्राप्ती व खर्च वास्तविक प्रदान आधारावर (Actual payment basis) दर्शविले जातात. सरकारच्या मालकीच्या नसलेल्या निधीचा यात समावेश असतो.

४.४.३ समतोल अर्थसंकल्प गुणक :

सरकारचे अपेक्षित उत्पन्न व अपेक्षित खर्च जेव्हा समान असतो तेव्हा त्यास 'समतोल अर्थसंकल्प' असे म्हणतात. समतोल अर्थसंकल्पामुळे विस्तारकारक परिणाम घडून येत नाही असा समज आहे. याचाच अर्थ समतोल अर्थसंकल्पामुळे राष्ट्रीय उत्पन्न व रोजगारात वाढ होत नाही. याचे कारण सरकारच्या खर्चातील वाढीमुळे गुणक प्रक्रियेद्वारा राष्ट्रीय उत्पन्न व रोजगारात वाढ होते. तर करातील वाढीमुळे खर्च योग्य उत्पन्न घटून उपभोग खर्चात घट होते व त्यामुळे गुणक उलट्या दिशेने कार्य करून राष्ट्रीय उत्पन्न व रोजगारात घट होते. समतोल अर्थसंकल्पाचा उत्पादन व रोजगारावर फार मोठा नसला तरी थोड्या फार प्रमाणात विस्तारकारक परिणाम घडून येतो.

समतोल अर्थसंकल्प गुणक एक असल्याचे मानले जाते. समजा, सरकारने आपला खर्च व कर यात समान राशीने वाढ केली तर राष्ट्रीय उत्पन्न किंवा उत्पादन तेवढ्याच प्रमाणात वाढते. सरकारी खर्च गुणकाचे मूल्य $\frac{१}{१-\text{सीमांत उपभोग प्रवृत्ती}}$ बरोबर असते.

$$\text{गुणक (K)} = \frac{१}{\text{सीमांत उपभोग प्रवृत्ती}}$$

उदाहरणात्मक स्पष्टीकरण :

समजा सीमांत उपभोग प्रवृत्ती ०.८० किंवा ४/५ असेल तर गुणकाचे मूल्य $\frac{१}{१-०.८} = \frac{१}{०.२} = ५$ येते.

समजा, सरकारने आपल्या खर्चात १००० कोटी रुपये एवढी वाढ केली तर राष्ट्रीय उत्पन्नात खर्चातील वाढीच्या पाचपट एवढी वाढ होईल. राष्ट्रीय उत्पन्नातील वाढ ही खर्चातील वाढ गुणिले गुणकाचे मूल्य एवढी असते. याचाच अर्थ राष्ट्रीय उत्पन्नात १००० रुपये × ५= ५००० कोटी रुपये एवढी वाढ होईल. अर्थसंकल्प संतुलित ठेवण्यासाठी समजा सरकारने १००० कोटी कर महसूल मिळविण्याच्या दृष्टीने प्राप्तीकरात वाढ केली. सरकारने हे १००० कोटी रुपये कराच्या रूपाने मिळविले नसते तर ते पूर्णपणे उपभोगासाठी वापरले गेले नसते. सीमांत उपभोग प्रवृत्ती ०.८ असल्याने यापैकी ८०० कोटी रुपये उपभोगासाठी वापरले गेले असते. तर २०० कोटी रुपयांची बचत केली असती.

अशा प्रकारे सरकारने कररूपाने जमा केलेल्या १००० कोटी रुपयांमुळे उपभोग खर्चात ८०० कोटी रुपयांनी घट होईल. उपभोग खर्चातील घटीमुळे गुणकाच्या विरुध्द दिशेने परिणाम होऊन राष्ट्रीय उत्पन्न व उत्पादनात घट होईल. गुणकाचे मूल्य ५ दिलेले असताना उपभोग खर्चातील ८०० कोटी रुपये एवढ्या घटीमुळे राष्ट्रीय उत्पन्नात ४,००० कोटी रुपये एवढी घट होईल. त्यामुळे समान रकमेने सरकारी खर्च व करातील वाढीचा राष्ट्रीय उत्पन्नावरील निव्वळ परिणाम १००० कोटी रुपयांनी झालेली वाढ हा असेल. सूत्राच्या रूपात हे पुढीलप्रमाणे मांडता येईल.

या सूत्रात Δ = बदल, Y = उत्पन्न, G = सरकारी खर्च, C = उपभोग खर्च, K = गुणक आहे.

$$\Delta Y = (\Delta G \times K) + (-\Delta C \times K)$$

= १००० × ५ + (-८०० × ५)

= ५,००० - ४,०००

= १००० कोटी रुपये

यावरून हे स्पष्ट होते की, प्रत्येकी १००० कोटी रुपये या समान राशीने किंवा रकमेने सरकारी खर्च व करात वाढ केली असता त्यामुळे राष्ट्रीय उत्पन्नात १००० कोटी रुपये एवढी वाढ झालेली आहे. समतोल अर्थसंकल्प गुणक एक असल्याचे यातून ध्वनित होते. समतोल अर्थसंकल्पाचा राष्ट्रीय उत्पन्न व रोजगारावर सौम्य किंवा अल्प प्रमाणात विस्तारकारक परिणाम होत असल्याचे यातून ध्वनित होते.

सरकार जेव्हा आपल्या खर्चात आणि करात वाढ करते तेव्हा सुरुवातीस दोन प्रकारचे परिणाम घडून येतात. सरकारी खर्चात झालेल्या वाढीमुळे एकूण मागणीत वाढ होऊन गुणक मूल्याच्या पटीत राष्ट्रीय उत्पन्नात वाढ होते. हा सरकारी खर्चात झालेल्या वाढीचा प्रत्यक्ष, तात्काळ होणारा आणि धनात्मक परिणाम होय. करात झालेल्या वाढीमुळे लोकांच्या खर्चयोग्य उत्पन्नात घट होते. त्यामुळे लोकांच्या उपभोग खर्चात घट होते. एकूण मागणीत घट होऊन राष्ट्रीय उत्पन्नात घट होते हा परिणाम अप्रत्यक्ष व ऋणात्मक स्वरुपाचा आहे. ऋणात्मक परिणाम हा धनात्मक परिणामास पूर्णपणे बाजूला सारील एवढा नसतो किंवा ऋणात्मक परिणाम हा धनात्मक परिणामापेक्षा कमी असतो. त्यामुळे सरकारी खर्च व करात समान राशीने वाढ करण्याचा राष्ट्रीय उत्पन्नावर काही प्रमाणात विस्तारकारक परिणाम घडून येईल.

४.४.४ लिंगभाव अर्थसंकल्प–संकल्पना व उद्दिष्टे :

लिंगभाव अर्थसंकल्पाचा विचार करण्यापूर्वी 'लिंगभाव' या शब्दाचा अर्थ पाहणे आवश्यक आहे. लिंगभाव (Gender) हा शब्द लिंग (Sex) या शब्दापेक्षा वेगळा आहे. लिंग ही स्त्री व पुरुष लोकांची जीवशास्त्रविषयक रचना (Biological Mack-up) आहे. तर लिंगभाव म्हणजे स्त्री व पुरुष, मुले व मुली यांच्या सांस्कृतिक व सामाजिक दृष्टीने तयार केलेल्या भूमिका, जबाबदारी, विशेष हक्क, संबंध आणि अपेक्षा होत. सरकारने धोरण ठरविताना आणि त्या धोरणांची अंमलबजावणी करण्यासाठी अर्थसंकल्पाच्या रुपाने तरतूद करताना लिंग व लिंगभाव या दोन्हींचाही विचार करणे आवश्यक आहे.

अ) लिंगभाव (लिंगाधारित) अर्थसंकल्पाचा अर्थ :

लिंगभाव संवादी अर्थसंकल्प म्हणजे असा अर्थसंकल्प की जो समाजातील लिंगभाव रचना विचारात घेतो आणि लिंगभाव समानता साध्य करण्यासाठीची धोरणे व कार्यक्रमाची अंमलबजावणी करण्यासाठी पैशाची वाटणी करतो.

लिंगभाव अर्थसंकल्प स्त्रियांचा अर्थसंकल्प, लिंगभाव संवादी अर्थसंकल्प आणि उपयोजित लिंगभाव अर्थसंकल्प विश्लेषण म्हणूनही ओळखला जातो. अर्थसंकल्प हे सरकारचे अतिशय महत्त्वाचे धोरणात्मक साधन आहे कारण पैशाशिवाय कोणतेही धोरण राबविता येत नाही. त्यामुळेच लिंगभाव समानतेच्या बाबतीत अर्थसंकल्पाची भूमिका महत्त्वाची आहे.

लिंगभाव अर्थसंकल्पात स्त्री-पुरुष समानता साध्य करण्याच्या दृष्टीने आखण्यात आलेल्या धोरणांचा समावेश असतो. समाजात स्त्रियांना मिळणारे दुय्यम स्थान दूर करून त्यांना पुरुषांच्या बरोबरीने स्थान मिळवून देण्याचा

प्रयत्न अर्थसंकल्पाद्वारे करता येतो. स्त्रियांच्या सामाजिक व आर्थिक दर्जात सुधारणा करण्याच्या दृष्टीने आवश्यक त्या धोरणांची आखणी व त्यासाठीची वित्तीय तरतूद अर्थसंकल्पाच्या माध्यमातून केली जाते. अलीकडील काळात लिंगभाव अर्थसंकल्प महत्त्वाचा मानून देशाच्या अर्थसंकल्पाची आखणी केली जाते. त्याद्वारे लिंगभावाच्या दृष्टीने समानता आणण्याचा प्रयत्न केला जात आहे.

भारतात केंद्रीय अर्थसंकल्पात स्त्रिया, मुली व मुले यांच्यासाठी विशेष योजना तयार करून व त्यासाठी वित्तीय तरतूद करून सामाजिक समता साध्य करण्याचा प्रयत्न होत आहे. भारतातील स्त्रियांना अजूनही आरोग्य, आहार, शिक्षण व कौशल्य पातळी योग्य प्रकारे मिळत नाही.

लिंगभाव अर्थसंकल्प हे स्त्री समानता व सबलीकरणास प्रोत्साहन देण्याचे साधन आहे. स्त्री समानता आणि सबलीकरण साध्य करण्यासाठी वापरता येण्यासारखे हे एकमेव साधन नाही. मात्र, ते आवश्यक साधन आहे कारण इतर साधने व व्यूहरचना राबविण्यासाठी पुरेशा पैशाची तरतूद केल्याशिवाय ती साधने परिणामकारक ठरत नाहीत. भारत सरकारने स्त्री समानता व सबलीकरण योजनांच्या अंमलबजावणीसाठी सातत्याने अर्थसंकल्पात वित्तीय तरतूद केलेली आहे.

लिंगभाव अर्थसंकल्प पुढील गोष्टी साध्य करण्यास मदत करतो.

१) स्त्रियांच्या गरजा शोधून त्या पूर्ण करण्यासाठी वाढत्या खर्चाची तरतूद केली जाते.

२) समग्रलक्षी अर्थशास्त्रातील लिंगभावाच्या प्रमुख विचारधारेस आधार देण्याचे काम लिंगभाव अर्थसंकल्प करतो.

३) आर्थिक धोरण ठरविण्यात नागरी समाजाचा सहभाग वाढविण्यास मदत करतो.

४) आर्थिक व सामाजिक धोरण परिणामातील संबंध वाढवितो.

५) लिंगभाव समानता साध्य करण्यासाठी सार्वजनिक खर्च लिंगभाव समानता आणण्यास मदत करणाऱ्या बाबींकडे वळविणे अशा अर्थसंकल्पामुळे शक्य होते.

थोडक्यात लिंगभाव अर्थसंकल्प म्हणजे लिंगभाव समानता आणण्यास मदत करणारा अर्थसंकल्प असून याद्वारे पुरुष व स्त्रिया आणि मुले व मुली यांच्या विविध गटांच्या गरजा पूर्ण करण्याचा प्रयत्न केला जातो.

लिंगभाव अर्थसंकल्पन (Gender Budgeting) कार्य हे लिंगभाव समानतेचे ध्येय साध्य करण्यासाठीची धोरणे व प्राथमिकता ठरविण्याच्या बाबतीत माहिती पुरविते.

लिंगभाव अर्थसंकल्पन पुरुष व मुलांच्या तुलनेत स्त्रिया व मुलींच्या गरजांवर अधिक लक्ष केंद्रित करते. याचे कारण स्त्रिया व मुली या आर्थिक व इतर लाभांपासून तुलनेने वंचित असल्याचे दिसून येते. स्त्रिया आणि मुली यांच्याबाबतीत लक्ष केंद्रित करताना लिंगभाव अर्थसंकल्पन त्यांच्यातील गरीब व मागासलेल्या व ग्रामीण भागातील स्त्रिया व मुली यांच्या गरजांकडे अधिक लक्ष पुरविते.

लिंगभाव अर्थसंकल्पन म्हणजे केवळ सरकारच्या पैशाची पुरुष व मुले आणि स्त्रिया व मुली यांच्यात सारखी (५०-५०) वाटणी करणे नाही. अशी साधी अर्धी-अर्धी (५०-५०) वाटणी जरी वरवर पाहता समान वाटत असली तरी ती नेहमीच समन्याय किंवा न्याय्य नसते कारण स्त्री व पुरुष आणि मुली व मुले यांच्या गरजा वेगवेगळ्या असू शकतात.

लिंगभाव अर्थसंकल्पन सरकारी अर्थसंकल्पाने स्त्रिया व पुरुष आणि, मुली व मुले यांच्या विविध गटांच्या गरजा विचारात घेतल्या आहेत का याचे मूल्यमापन करण्यासाठी त्याच्या प्रत्येक भागाकडे लक्ष देते. लिंगभाव अर्थसंकल्पन स्त्रिया किंवा लिंगभावाच्या बाबीकडे लक्ष देण्यासाठी वेगळा अर्थसंकल्प मांडण्याचा प्रयत्न करीत नाही तर सर्वसमावेशक ध्येय हे सरकारी अर्थसंकल्पाच्या प्रत्येक भागात लिंगभाव भेद विचारात घ्यावेत हे असते.

लिंगभाव अर्थसंकल्प स्त्रियांवर लक्ष केंद्रित करतो. याला अनेक कारणे आहेत. जगात आणि भारतातही निरक्षर लोकांमध्ये स्त्रियांचे प्रमाण पुरुषांच्या तुलनेने अधिक आहे. सरकारी व व्यावसायिक क्षेत्रात उच्च पातळीवरील निर्णय प्रक्रियेत स्त्रियांना मिळणाऱ्या संधी मर्यादित आहेत. पुरुषांच्या तुलनेत स्त्रियांच्या आर्थिक कार्याचे स्वरूप वेगळे आहे. स्त्रिया कमी औपचारिक आणि कमी दर्जा असलेल्या कामात सहभागी असल्याने त्यांना पुरुषांच्या तुलनेत कमी वेतन मिळते. ज्या कामापासून मोबदला मिळत नाही अशी मूलांचा सांभाळ व घरातील इतर कामे स्त्रिया मोठ्या प्रमाणात करतात. या सर्व बाबी पुरुषांच्या तुलनेत स्त्रियांचा आर्थिक व सामाजिक दर्जा कनिष्ठ असल्याचेच स्पष्ट करतात. त्यामुळे स्त्री व पुरुष समानतेच्या दृष्टीने अर्थसंकल्पात स्त्रियांच्या गरजांकडे अधिक लक्ष देणे संयुक्तिक ठरते.

ब) लिंगभाव (लिंगाधारित) अर्थसंकल्पाचे महत्त्व :

लिंगभाव (लिंगाधारित) अर्थसंकल्पाचे महत्त्व पुढीलप्रमाणे :

१) लिंगभाव समानता :

लिंगभाव अर्थसंकल्प प्रामुख्याने लिंगभाव असमानता दूर करण्यास मदत करतो. आधुनिक समाजात अजूनही लिंगभाव असमानता दिसून येते. उद्योजकतेच्या संधी, कामगारांचा सहभाग, मोबदला, शिक्षण, आरोग्यविषयक फलित, कारभार आणि उच्च व्यवस्थापन पदांवर कर्मचारी प्रतिनिधित्व या गोष्टीतून ती स्पष्टपणे दिसते. लिंगभाव अर्थसंकल्पाच्या माध्यामतून लिंगभाव समानता साध्य करण्याच्या दृष्टीने उपाय योजता येतात.

२) अर्थसंकल्प वाटपाचे लिंगभाव समानतेत योगदान :

अर्थसंकल्प वाटप पुरुष आणि स्त्रियांमधील समानतेत कसे योगदान देते हे ओळखण्यासाठी लिंगभाव अर्थसंकल्पांचा वापर केला जातो. जर त्यात थोडे किंवा कोणतेही योगदान दिले जात नसेल तर पैशाचा कार्यक्षमतेने वापर केला जात नाही असे मानले जाऊ शकते. अभ्यासात असे दिसून आले आहे की लिंगभाव असमानता शाश्वत विकास आणि आर्थिक वृद्धीस अडथळा आणते.

३) अर्थव्यवस्थेत स्त्रियांचा अधिकाधिक सहभाग :

अनेक अर्थव्यवस्थांमध्ये एकूण रोजगारात स्त्रियांचा वाटा कमी आहे. लिंगभाव अर्थसंकल्पाच्या माध्यमातून राबविण्यात येणाऱ्या सरकारच्या धोरणाद्वारे ही पातळी वाढविण्याचा जाणीवपूर्वक प्रयत्न केल्यास अर्थव्यवस्थेत स्त्रियांचा सहभाग वाढू शकतो.

४) स्त्रियांची उत्पादनक्षमता वाढण्यास मदत :

अनेक देशात स्त्रिया कमी उत्पादक कार्यात सहभागी असल्याचे दिसून येते. लिंगभाव अर्थसंकल्पाच्या माध्यम ातून स्त्रियांना शिक्षण आणि आरोग्य सेवा अधिक प्रमाणात उपलब्ध होऊन त्यांना अधिक उत्पादक कार्यात सहभागी होण्यास व त्यांची उत्पादनक्षमता वाढण्यास मदत होते.

५) स्त्री सबलीकरण :

पुरुषास नोकरी असणे आणि त्याने पैसे मिळवणे अपेक्षित आहे. परंतु स्त्रियांच्या बाबतीत असे नाही. स्त्रियांच्या बाबतीत अनेक सामाजिक आणि आर्थिक अडचणी आहेत. लिंगभाव अर्थसंकल्प स्त्रियांना त्यांचे जीवन ध्येय ठरविण्यात आणि त्यांच्या सबलीकरणात मोठ्या प्रमाणात मदत करू शकतो.

६) स्थूल देशांतर्गत उत्पादनात वाढ :

लिंगभाव अर्थसंकल्प स्त्रियांना रोजगाराच्या अधिक संधी उपलब्ध करून कार्यबलात (workforce) स्त्री आणि पुरुषांना समान प्रतिनिधित्व मिळवून देण्यास मदत करू शकतो. त्याचा अर्थव्यवस्थेवर चांगला सकारात्मक परिणाम होऊन स्थूल देशांतर्गत उत्पादनात वाढ होण्यास हातभार लागू शकतो.

७) महसूल आणि खर्चाचे उत्तरदायित्व आणि पारदर्शकता :

लिंगभाव अर्थसंकल्प पुरुष आणि स्त्रियांवर किती पैसे खर्च करावेत हेच नाही तर ते कसे खर्च केले गेले हे देखील ठळकपणे दर्शवतो. लिंगभाव अर्थसंकल्प महसूल आणि खर्चाचे उत्तरदायित्व आणि पारदर्शकता वाढवितो.

८) सर्वसमावेशक आणि शाश्वत विकास :

लिंगभाव असमानता सर्वसमावेशक आणि शाश्वत विकासास अडथळा आणते. सर्वसमावेशक आणि शाश्वत विकासासाठी लिंगभाव समानता महत्त्वाची आहे. लिंगभाव अर्थसंकल्प लिंगभाव समानता साध्य करण्यास हातभार लावून सर्वसमावेशक आणि शाश्वत विकास साध्य करण्यास मदत करतो.

क) लिंगभाव (लिंगाधारित) अर्थसंकल्पाची उद्दिष्टे :

लिंगभाव अर्थसंकल्प विश्लेषणाचे उद्दिष्ट महिला आणि पुरुष यांना समान संधी मिळतात की नाही हे शोधणे आहे. लिंगभाव अर्थसंकल्पाची उद्दिष्टे पुढीलप्रमाणे आहेत.

१) लिंगभाव समानता :

लिंगभाव समानता साध्य करणे हे लिंगभाव अर्थसंकल्पाचे उद्दिष्ट आहे. लिंगभाव अर्थसंकल्प प्रामुख्याने लैंगिक असमानता दूर करण्यास मदत करतो. आधुनिक समाजात लैंगिक असमानता अजूनही दिसून येते. उद्योजकता संधी, कामगार सहभाग, मोबदला, शिक्षण, आरोग्य परिणाम, प्रशासन आणि उच्च व्यवस्थापन पदांवर कर्मचारी प्रतिनिधित्व यांमध्ये लैंगिक असमानता दिसून येते.

मानवी हक्कांचा भाग म्हणून लैंगिक समानता प्राप्त करण्यासाठी अर्थसंकल्प आणि संबंधित धोरणे वापरणे हे मूलभूत उद्दिष्ट आहे. हे महिलांवरील अनपेक्षित आणि अप्रत्यक्ष भेदभावाबद्दल जागरुकता वाढवेल. म्हणून लिंगभाव अर्थसंकल्प हा धोरणात्मक साधनांचा एक संच आहे ज्याचे उद्दिष्ट सार्वजनिक आयव्ययाच्या कथित तटस्थ दृष्टीकोनाच्या पलीकडे जाणे आणि लिंगाभावावरील अर्थसंकल्पाच्या प्रभावास दृश्यमानता (visibility) देणे हे आहे.

२) उत्तरदायित्व :

लैंगिक समानतेसाठी सरकारच्या वचनबद्धतेचे अर्थसंकल्पीय वचनबद्धतेत प्रभावीपणे स्थानांतरण केले जाते की नाही हे निरीक्षण करण्यासाठी लिंगभाव अर्थसंकल्प हे एक साधन आहे. अधिकाऱ्यांना स्पष्ट जबाबदाऱ्या

सोपवून आणि ते त्यांचे लिंगभाव समानता उद्दिष्टे पूर्ण करत आहेत की नाही हे जाणून घेणे सोपे करून सरकारी धोरणांमध्ये लिंगभाव मुख्य प्रवाहात आणणे सुलभ करते. त्यामुळे नागरी समाज आणि प्रसारमाध्यमे सरकारला त्यांच्या अर्थसंकल्पासाठी जबाबदार धरण्यात आणि देखरेख करण्यात महत्त्वाची भूमिका बजावू शकतात.

३) पारदर्शकता आणि सहभाग :

अर्थसंकल्प प्रक्रियेत सहभाग वाढविणे हे लिंगभाव अर्थसंकल्पाचे उद्दिष्ट आहे. लिंगभाव अर्थसंकल्प सार्वजनिक सल्लामसलत, अर्थसंकल्प तयार करण्यात सहभाग किंवा परिणामांचे निरीक्षण याद्वारे अर्थसंकल्प प्रक्रियेत सहभाग वाढविण्यात मदत करतो. त्यामुळे पारदर्शकता वाढू शकते.

लिंगभाव-प्रतिसाद देणारा अर्थसंकल्प महिला आणि पुरुषांच्या विविध परिस्थिती आणि गरजा तसेच अर्थसंकल्प उपायांच्या संभाव्य वितरणात्मक प्रभावांबद्दलच्या माहितीत सुधारणा करू शकतो. त्यामुळे सरकारांना अधिक कार्यक्षम निर्णय घेण्याच्या चौकटीमध्ये अधिक माहितीपूर्ण आणि अधिक पुराव्यावर आधारित निर्णय घेता येतात.

४) कार्यक्षमता :

लिंगभाव-प्रतिसाद देणारा अर्थसंकल्प महिला आणि पुरुषांच्या विविध परिस्थिती आणि गरजा तसेच अर्थसंकल्प उपायांच्या संभाव्य वितरणात्मक प्रभावांबद्दलच्या माहितीत सुधारणा करू शकते. त्यामुळे सरकारांना अधिक कार्यक्षम निर्णय घेण्याच्या चौकटीमध्ये अधिक माहितीपूर्ण व अधिक पुराव्यावर आधारित निर्णय घेता येतात.

५) सुशासन :

सुशासन मजबूत करण्यास मदत करणे हे लिंगभाव अर्थसंकल्पाचे उद्दिष्ट आहे. लैंगिक असमानता सामाजिक एकसंधता, आर्थिक कार्यक्षमता आणि मानवी विकासासाठी हानिकारक मानली जात असल्याने, लिंगभाव अर्थसंकल्प सर्वसाधारणपणे सुशासन मजबूत करण्यास मदत करू शकतो. लिंगभाव अर्थसंकल्प हे असमानता आणि दारिद्र्य कमी करून समान नागरिकत्व आणि न्याय्य वितरणाला प्रोत्साहन देणारे एक साधन मानले जाऊ शकते.

४.५ सार्वजनिक खर्च आणि सार्वजनिक कर्जाच्या प्रवृत्ती (Trends of Public Expenditure and Public Debt) :

भारतातील सार्वजनिक खर्च आणि सार्वजनिक कर्जाच्या बाबतीतील अलीकडील काळातील प्रवृत्ती पुढे स्पष्ट केल्या आहेत.

४.५.१ सार्वजनिक खर्चाच्या बाबतीतील प्रवृत्ती :

देशातील केंद्र सरकार हे वेगवेगळ्या बाबींवर खर्च करीत असते. लोकांचे आर्थिक व सामाजिक कल्याण करणे, परकीय आक्रमणापासून त्यांचे संरक्षण करणे, अंतर्गत शांतता व सुव्यवस्था, न्यायव्यवस्था अशा वेगवेगळ्या कारणांसाठी सरकारकडून खर्च केला जातो. सरकारकडून वेगवेगळ्या बाबींवर करण्यास येणारा खर्च म्हणजे सार्वजनिक खर्च होय.

अलीकडील काळात सरकारच्या कल्याणकारी कार्यात वाढ झाल्याने सरकारच्या खर्चात वाढ झालेली आहे. अलीकडील काळात कल्याणकारी शासनाची संकल्पना रूढ झाल्याने देशातील सरकारचा खर्च दिवसेंदिवस वाढत आहे. देशातील सरकार नियोजनाच्या माध्यमातून मोठ्या प्रमाणावर खर्च करीत आहे.

केंद्र सरकारचा एकूण खर्च १९५०-५१ मध्ये ५३० कोटी रुपये व १९७०-७१ मध्ये ५,५७० कोटी रुपये होता. १९८०-८१ मध्ये केंद्र सरकारच्या एकूण खर्च २२,७६८ कोटी होता. अलीकडील काळात केंद्र सरकारच्या खर्चात झालेली वाढ तक्ता ४.२ मध्ये दर्शविली आहे.

तक्ता ४.२ : केंद्र सरकारचा खर्च (कोटी रुपये)

वर्ष	महसुली खर्च	भांडवली खर्च	एकूण खर्च
१९९०-९१	७३,५१६	३१,७८२	१,०५,२९८
२०००-०१	२,७७,८३९	४७,७५३	३,२५,५९२
२०१०-११	१०,४०,७२३	१,५६,६०५	११,९७,३२८
२०११-१२	११,४५,७८५	१,५८,५८०	१३,०४,४६५
२०१२-१३	१२,४३,५१४	१,६६,८५८	१४,१०,३७२
२०१३-१४	१३,७१,७७२	१,८७,६७५	१५,५९,४४७
२०१४-१५	१४,६६,९९२	१,९६,६८१	१६,६३,६७३
२०१५-१६	१५,३७,७६१	२,५३,०२२	१७,९०,७८३
२०१६-१७	१६,९०,५८४	२,८४,६१०	१९,७५,१९४
२०१७-१८	१८,७८,८३३	२,६३,१४०	२१,४१,९७३
२०२०-२१	३०,८३,५१९	४,२६,३१७	३५,०९,८३६
२०२१-२२	३२,००,९२६	५,९२,८७४	३७,९३,८०१

स्त्रोत : (Hanbook of Statistics on the Indian Economy 2022-23, Table 95.

अलीकडील काळात केंद्र सरकारच्या महसुली व भांडवली अशा दोन्ही प्रकारच्या खर्चात मोठ्या प्रमाणात वाढ झाल्याने केंद्र सरकारच्या एकूण खर्चात वाढ झालेली आहे. मात्र, भांडवली खर्चात झालेल्या वाढीच्या तुलनेत महसुली खर्चात झालेली वाढ मोठी आहे. १९९०-९१ ते २०२१-२२ या काळात केंद्र सरकारच्या एकूण खर्चात मोठ्या प्रमाणात वाढ झालेली आहे.

अ) केंद्र सरकारच्या खर्चातील अलीकडील म्हणजेच १९९१ पासूनच्या काळातील प्रवृत्ती (Trends in Expenditure of Central Government since 1991) :

अलीकडील काळात केंद्र सरकारच्या कार्यात मोठ्या प्रमाणात वाढ होत आहे. पंचवार्षिक योजनांच्या माध्यमातून केंद्र सरकार मोठ्या प्रमाणात खर्च करीत आहे. केंद्र सरकारच्या योजना व योजनेतर खर्चात सातत्याने वाढ होत आहे.१९९१ पासूनच्या केंद्र सरकारच्या खर्चातील प्रवृत्ती पुढीलप्रमाणे आहेत.

१) एकूण खर्चात सातत्यपूर्ण व मोठ्या प्रमाणात वाढ :

केंद्र सरकारच्या एकूण खर्चात १९९१ पासूनच्या काळात सातत्यपूर्ण व मोठ्या प्रमाणात वाढ झालेली आहे. १९९०-९१ मध्ये केंद्र सरकारचा एकूण खर्च १,०५,२९८ कोटी रुपये होता. तर २०००-०१ मध्ये हा खर्च ३,६२,४५३ कोटी रुपये होता. २०१७-१८ मध्ये केंद्र सरकारचा एकूण खर्च २१,४१,९७३ कोटी रुपये होता.

तर २०२१-२२ मध्ये तो ३७,९३,८०१ कोटी रुपये होता. १९९१ पासूनच्या काळात केंद्र सरकारच्या एकूण खर्चात वाढीची प्रवृत्ती दिसून येते.

२) योजना व योजनेतर खर्चात वाढ :

केंद्र सरकारच्या खर्चाची विभागणी योजना व योजनेतर खर्च या दोन प्रकारात केली जाते. केंद्राच्या योजनेसाठी करण्यात येणाऱ्या खर्चाचा समावेश योजना खर्चात होतो. योजनेतर खर्चाची विभागणी महसुली खर्च व भांडवली खर्च या दोन प्रकारात केली जाते. १९९१ पासूनच्या काळात केंद्र सरकारच्या योजना व योजनेतर खर्चात सातत्याने वाढ झालेली आहे.

तक्ता ४.३ : केंद्र सरकारचा योजना व योजनेतर खर्च

	१९९०-९१	२००१-०२	२००७-०८	२०१२-१३	२०१३-१४	२०१६-१७
योजना खर्च	२८,३६५	१,०१,१९४	२,०५,०८२	४,१३,६२५	४,५३,३२७	५,६८,५९९
	(२६.९)	(२७.९)	(२८.८)	(२९.३)	(२९.१)	(२७.७)
योजनेतर खर्च	७६,९३३	२,६१,२५९	५,०७,५८९	९,९६,७४२	११,०६,१२०	१४,१०,६६९
	(७३.१)	(७२.१)	(७१.२)	(७०.७)	(७०.९)	(७१.३)
एकूण खर्च	१,०५,२९८	३,६२,४५३	७,१२,६७१	१४,१०,३६७	१५,५९,४४७	१९,७९,२६८
	(१००.०)	(१००.०)	(१००.०)	(१००.०)	(१००.०)	(१००.०)

स्त्रोत : १) RBI nnual Report 2002-03 : Table 4.2 : P 53.

२) Government of India, Economic Survey 2022-23 Table 2.5 and earlier issues.

१९९०-९१ मध्ये केंद्र सरकारचा योजना खर्च २८,३६५ कोटी रुपये होता. २००१-०२ मध्ये १,०१,१९४ कोटी रुपये आणि २०१२-१३ मध्ये ४,१३,६२५ कोटी रुपये होता. तर २०१६-१७ मध्ये ५,६८,५९९ कोटी रुपये होता.

केंद्र सरकारचा योजनेतर खर्च १९९०-९१ मध्ये ७६,९३३ कोटी रुपये होता. २००१-०२ मध्ये २,६१,२५९ कोटी रुपये आणि २०१२-१३ मध्ये ९,९६,७४२ कोटी रुपये होता. तर २०१६-१७ मध्ये १४,१०,६६९ कोटी रुपये होता.

१९९०-९१ ते २०१६-१७ या काळात केंद्र सरकारच्या एकूण खर्चात योजनेतर खर्चाचे प्रमाण योजना खर्चाच्या तुलनेत जास्त असल्याचे दिसते. १९९०-९१ मध्ये केंद्र सरकारच्या एकूण खर्चापैकी योजना खर्च २६.९ टक्के आणि योजनेतर खर्च ७३.१ टक्के होता. तर २०१६-१७ मध्ये एकूण खर्चापैकी योजना खर्च २७.७ टक्के आणि योजनेतर खर्च ७१.३ टक्के होता. योजना खर्चाच्या व योजनेतर खर्चाच्या बाबतीत १९९१ पासूनच्या काळात स्थूलमानाने चढउतार झालेले दिसतात.

३) विकासेतर खर्चाचे प्रमाण जास्त :

केंद्र सरकारच्या खर्चाची विभागणी विकास खर्च व विकासेतर खर्च अशा दोन प्रकारात केली जाते. विकास कामासाठी केला जाणारा खर्च म्हणजे विकास खर्च होय. केंद्र सरकारच्या विकास खर्चात सामाजिक व सामूहिक

सेवा, आर्थिक सेवा आणि राज्ये व केंद्रशासित प्रदेशांना विकास कार्यासाठी दिलेली अनुदाने या वरील खर्चाचा समावेश होतो.

विकासेतर खर्चात संरक्षणावरील व इतर खर्चाचा समावेश होतो. संरक्षण, कर व शुल्क गोळा करणे, प्रशासकीय सेवा, व्याज देणे, पेन्शन व इतर निवृत्ती लाभ आणि राज्यांना दिलेली इतर अनुदाने यावरील खर्चाचा समावेश विकासेतर खर्चात होतो.

१९९१ पासूनच्या काळात विकास व विकासेतर अशा दोन्ही प्रकारच्या खर्चात वाढ झालेली आहे.१९९०-९१ मध्ये विकास खर्च ५८,६४५ कोटी रुपये होता तर विकासेतर खर्च ४९,३४९ कोटी रुपये होता. २०१७-१८ मध्ये विकास खर्च ९,९८,२०१ कोटी रुपये आणि विकासेतर खर्च ११,४३,७७२ कोटी रुपये होता. २०२०-२१ मध्ये विकास खर्च १८,६३,११६ आणि विकासेतर खर्च १९,३०,६८५ कोटी रूपये होता. याचाच अर्थ सातत्यपूर्ण रितीने विकास खर्च विकासेतर खर्चापेक्षा जास्त राहिलेला नाही.

ब) भारतातील सार्वजनिक खर्चात झालेल्या वाढीची कारणे :

भारतातील सार्वजनिक खर्चात झालेल्या वाढीस पुढील कारणे जबाबदार आहेत.

१) वाढती लोकसंख्या :

सार्वजनिक खर्चात वाढ होण्यास कारणीभूत ठरलेला एक महत्त्वाचा घटक म्हणजे लोकसंख्या वाढ हा होय. जगातील बहुतेक सर्वच देशांत लोकसंख्येत वाढ होत आहे. लोकसंख्येत वाढ होत असल्याने त्याबरोबरच सरकारच्या कार्यात वाढ झालेली आहे. लोकसंख्या वाढीमुळे सरकारच्या शिक्षण, सार्वजनिक आरोग्य, रस्ते व वाहतूक सुविधा यावरील खर्चात वाढ झालेली आहे. तसेच पोलीस, तुरुंग, न्यायालये वगैरे प्रशासकीय सेवांवरील खर्चातही वाढ झाली आहे.

२) संरक्षणावरील खर्चात वाढ :

भारतातील संरक्षणावरील खर्चात सातत्याने होणारी वाढ सार्वजनिक खर्च वाढविण्यास कारणीभूत ठरलेली आहे. संरक्षणावरील खर्चात केवळ युद्धाच्या काळातच वाढ होत नाही, तर शांततेच्या काळातही असा खर्च मोठ्या प्रमाणात करावा लागतो. अलीकडील काळात युद्धात आधुनिक तंत्रज्ञानाचा अवलंब केला जातो. त्यामुळे त्यासाठी खर्चही मोठ्या प्रमाणात करावा लागतो. युद्ध साहित्य, सैन्यदले, निवृत्त झालेल्यांना पेन्शन अशा अनेक प्रकारच्या खर्चाचा संरक्षण खर्चात समावेश होतो.

३) वाढते शहरीकरण :

सार्वजनिक खर्च वाढण्यास केवळ लोकसंख्या वाढच कारणीभूत नाही, तर लोकसंख्येचे वाढते शहरीकरणही कारणीभूत आहे. नियोजन काळात विकासासाठी जे प्रयत्न करण्यात आले, त्यामुळे आर्थिक विकास होऊन वेगाने शहरीकरण झाले. वाढत्या शहरीकरणामुळे शहरांचा विस्तार झालेला आहे. शहरातील लोकसंख्या वाढल्याने वीज, शाळा, दवाखाने, क्रीडांगणे, पाणीपुरवठा, वाहतूक व दळणवळण, उद्याने यावर मोठ्या प्रमाणात खर्च होत आहे. शहरीकरणामुळे सामाजिक व प्रशासकीय सेवांवर दरडोई अधिक प्रमाणात खर्च करावा लागत आहे.

४) कल्याणकारी राज्य :

शासनाची भूमिका ही केवळ नियंत्रणाची नाही, तर ती लोककल्याणाचीही आहे ही भूमिका स्वीकारल्याने शासनाच्या कल्याणकारी योजनावरील खर्चात वाढ झालेली आहे. लोककल्याणासाठी रोजगार हमी योजना, कुटुंब कल्याण कार्यक्रम, मोफत शिक्षण, भविष्य निर्वाहनिधी, पेन्शन अशा विविध योजनांसाठी सरकारला मोठ्या प्रमाणावर खर्च करावा लागत असल्याने सार्वजनिक खर्चात वाढ झालेली आहे.

५) आर्थिक नियोजनाचा स्वीकार :

अल्पविकसित देशात सरकार देशाच्या आर्थिक विकासासाठी आर्थिक नियोजनाचा अवलंब करते. नियोजित अर्थव्यवस्थेत जेव्हा सार्वजनिक क्षेत्र आपल्या कार्याचा विस्तार करून अधिकाधिक जबाबदाऱ्या स्वीकारते, तेव्हा सार्वजनिक खर्चाच्या बाबतीत वाढीची प्रवृत्ती दिसून येते. योजनांची आखणी व अंमलबजावणीसाठी सरकारकडून फार मोठ्या प्रमाणात रक्कम खर्च केली जाते. देशाचा आर्थिक विकास घडवून आणण्यासाठी भारतात नियोजनाचा स्वीकार करून पंचवार्षिक योजना कार्यक्रम राबविण्यात येत आहे. नियोजनाच्या माध्यमातून होणाऱ्या खर्चात सातत्याने वाढ झाल्याने सार्वजनिक खर्चात वाढ झाली आहे.

६) सार्वजनिक क्षेत्रातील उपक्रमात वाढ :

स्वातंत्र्योत्तर काळात देशाच्या आर्थिक विकासाच्या प्रक्रियेत सरकारने महत्त्वाची भूमिका स्वीकारण्याचे निश्चित केल्याने सार्वजनिक क्षेत्रातील उपक्रमांची संख्या वाढत गेली. उपक्रमाच्या संख्येत झालेल्या वाढीबरोबर त्यामधील गुंतवणुकीतही वाढ झाली. खासगी उद्योगांचे राष्ट्रीयीकरण करताना द्यावी लागलेली नुकसानभरपाई, सार्वजनिक उपयोगाच्या सेवा कमी दरात उपलब्ध करण्यामुळे सहन करावा लागणारा तोटा, तोट्यात चालणारे उपक्रम यामुळे सरकारचा खर्च वाढलेला दिसतो.

७) लोकशाही पद्धतीचा स्वीकार :

लोकप्रतिनिधी व कर्मचारी यांचे पगार व भत्ते, निवडणुकांसाठी होणारा मोठ्या प्रमाणावरील खर्च, अधिवेशनासाठीचा खर्च, सत्तेच्या विकेंद्रीकरणामुळे होणारा खर्च अशा विविध बाबींवरील वाढत्या खर्चामुळे भारतातील सार्वजनिक खर्चात वेगाने वाढ झाली आहे.

८) अंतर्गत शांतता व सुव्यवस्था :

परकीय आक्रमणापासून देशाचे संरक्षण करणे जेवढे महत्त्वाचे आहे तेवढेच देशात शांतता व सुव्यवस्था राखणेही महत्त्वाचे आहे. देशातील अंतर्गत स्थिती दिवसेंदिवस अनिश्चित आणि असुरक्षित बनत चालली आहे. जातीय दंगे, राजकीय गोंधळ व मारामाऱ्या यासारख्या गोष्टींना सरकारला सातत्याने तोंड द्यावे लागते. यासारख्या त्रासदायक बाबींना प्रतिबंध करणे व त्या नियंत्रित करणे आवश्यक असते. सरकारला कायदा व सुव्यवस्था राखण्यासाठी मोठ्या प्रमाणात खर्च करावा लागतो. अंतर्गत शांतता व सुव्यवस्था राखण्यासाठी पोलीस होमगार्ड, न्यायालये, तुरुंग यांची मोठ्या प्रमाणावर गरज भासते. यावर होणारा सरकारचा खर्च दिवसेंदिवस वाढत असल्याने सार्वजनिक खर्च वाढत आहे.

९) राष्ट्रीय उत्पन्नातील वाढ :

नियोजन काळात देशाच्या राष्ट्रीय उत्पन्नात मोठ्या प्रमाणावर वाढ झालेली आहे. वाढत्या राष्ट्रीय उत्पन्नामुळे सरकारच्या उत्पन्नातही वाढ होऊन कल्याणकारी योजनांवर अधिक खर्च करणे शक्य झाले. त्यामुळे सार्वजनिक खर्चात वाढ झाली.

१०) वाढता प्रशासकीय खर्च :

भारतात प्रशासनावर होणारा खर्च दिवसेंदिवस वाढत आहे.सरकारच्या विविध खात्यांत, कार्यालयांत असलेल्या कर्मचाऱ्यांची संख्या मोठी आहे. कामगारकपात करण्याची आवश्यकता असली तरी ती करणे सरकारला शक्य होत नाही. वशिलेबाजीने भरलेल्या कर्मचाऱ्यांना कामावरून कमी करता येत नाही व दुसऱ्या बाजूला वाढत्या बेकारीत आणखी भर टाकणे योग्य नाही. कर्मचाऱ्यांबरोबरच कार्यालयाच्या इमारती, फर्निचर, स्टेशनरी यावरील खर्चही वाढत आहे. त्यामुळे सार्वजनिक खर्चात वाढ होत आहे.

११) सरकारी यंत्रणेमार्फत होणारी उधळपट्टी :

सरकारी यंत्रणेतील अधिकारी, मंत्री, महामंडळांचे अध्यक्ष अशा बड्या लोकांसाठी होणारा सरकारी खर्च मोठ्या प्रमाणावर वाढत आहे. त्यांच्यासाठी बंगले, गाड्या, नोकर यावर हा खर्च होत आहे. तसेच मंत्रिपदावरील महत्त्वाच्या व्यक्तींच्या सुरक्षिततेसाठीही मोठ्या प्रमाणात खर्च करावा लागत आहे. त्यामुळे सार्वजनिक खर्च वाढत आहे.

१२) कर्जफेड व व्याज :

सरकारच्या कार्यात दिवसेंदिवस वाढ होत आहे. सरकारला कराव्या लागणाऱ्या कल्याणकारी व विकास कार्यासाठीचा खर्च नेहमीच्या उत्पन्नातून भागविणे शक्य होत नसल्याने कर्ज उभारावे लागते. भारत सरकारने देशातील व्यक्ती व संस्थांबरोबरच परकीय सरकारे व संस्थांकडूनही मोठ्या प्रमाणात कर्ज घेतले आहे. या कर्जाची परतफेड व कर्जावरील व्याज यावर होणारा खर्च दिवसेंदिवस वाढत आहे. त्यामुळे सार्वजनिक खर्चात वाढ होत आहे.

१३) किंमत पातळीतील वाढ :

किंमत पातळीत सातत्याने होणारी वाढही सार्वजनिक खर्च वाढविण्यास कारणीभूत ठरलेली दिसते. किंमत पातळीत होणाऱ्या वाढीमुळे विविध शासकीय प्रकल्प व योजनांवरील खर्च वाढत आहे. वाढत्या महागाईमुळे सरकारी कर्मचाऱ्यांच्या महागाई भत्त्यात वाढ करावी लागत असल्याने त्यावरील खर्च वाढत आहे. तसेच सरकारचा स्टेशनरी व इतर वस्तूंच्या खरेदीसाठीचा खर्चही वाढत आहे.त्यामुळे सार्वजनिक खर्चात वाढ होत आहे.

१४) मंदीविरोधी उपाययोजना :

अलीकडील काळातील सरकारच्या राजकोषीय धोरणाचे पूर्ण रोजगार व आर्थिक स्थैर्य हे महत्त्वाचे उद्दिष्ट आहे. सरकारच्या खर्चात वाढ झाल्यामुळे एकूण मागणीत वाढ होते. त्यातून उत्पन्न व रोजगार यात वाढ होऊन अर्थव्यवस्थेला मंदीच्या अवस्थेतून बाहेर काढता येते. अशा प्रकारे आर्थिक स्थैर्य राखणे सार्वजनिक खर्चाच्या माध्यमातून शक्य होते. देशातील आर्थिक मंदीची परिस्थिती नियंत्रित करण्यासाठी सरकारला प्रयत्न करावे लागत

आहेत. रोजगार हमी योजनांसारख्या योजनांद्वारे रोजगार वाढवावा लागत आहे. रस्ते बांधणी, तलाव वगैरेवरील खर्चात वाढ केली जात आहे. अशा विविध बाबींवरील खर्चात वाढ करून देशातील लोकांच्या उत्पन्नात वाढ करून त्याद्वारे मंदीची परिस्थिती नियंत्रित करण्याचा प्रयत्न होत आहे. त्यामुळे ही सार्वजनिक खर्चात वाढ होत आहे.

१५) आर्थिक वृद्धी आणि विकास :

भारतासारख्या विकसनशील देशात सरकारच्या विकासाशी संबंधित कार्यात मोठ्या प्रमाणात वाढ झालेली आहे. सार्वजनिक खर्च वाढण्यास हाही घटक जबाबदार आहे. देशातील शेती, उद्योग वगैरे क्षेत्रांचा विकास करून देशाचा आर्थिक विकास साध्य करण्यासाठी सरकारला पाणीपुरवठा, वीजपुरवठा, वाहतूक व दळणवळण, लोखंड पोलाद कारखान्याची उभारणी, यंत्रसामग्री उत्पादन करणारे कारखाने सुरू करणे, खाणीतून खनिजे काढणे यासारख्या बाबींवर मोठ्या प्रमाणात खर्च करावा लागतो. अशा खर्चामुळे भारतात सार्वजनिक खर्चात वाढ झालेली आहे.

१६) अर्थसाहाय्यावर मोठा खर्च :

विकसित आणि विकसनशील अशा दोन्ही प्रकारच्या देशातील सरकारे लोकसंख्येतील विविध गटांना अर्थसाहाय्य देण्यासाठी मोठ्या प्रमाणात खर्च करीत आहेत. भारतात सरकार अन्न, खते, निर्यात व शिक्षण यासाठी अर्थसाहाय्य देत असून, अर्थसाहाय्यावरील खर्चात वेगाने वाढ होत आहे. शेती क्षेत्राच्या विकासासाठी शेतकऱ्यांना कमी किमतीत खते उपलब्ध होण्यासाठी खत अर्थसाहाय्य दिले जाते.

१७) दारिद्र्य कमी करण्यासाठीच्या योजना :

देशातील दारिद्र्य कमी करण्यासाठी सरकारकडून अनेक उपाययोजना केल्या जात आहेत. विविध योजना व कार्यक्रम राबविले जात आहेत. त्यामुळे सरकारच्या खर्चात मोठ्या प्रमाणात वाढत होत आहे. रोजगार वाढ करणाऱ्या दारिद्र्य विरोधी योजनांवर सरकारकडून करण्यात येणारा फार मोठा खर्च हे भारतातील सार्वजनिक खर्च वाढण्याचे एक महत्त्वाचे कारण आहे.

१८) ग्रामीण विकास :

अल्पविकसित देशात ग्रामीण भाग मागासलेला असतो. अशा देशातील सरकारवर ग्रामीण भागाचा विकास करण्याची जबाबदारी असते. साहजिकच त्यासाठी सरकारकडून ग्रामीण विकास कार्यक्रमाची आखणी केली जाते. ग्रामीण भागाच्या विकासासाठी अनेक उपाययोजना हाती घेतल्या जातात. सरकार समाज विकास प्रकल्पासारख्या योजना हाती घेते व सामाजिक उपाययोजना करते. यामुळेही भारतात सार्वजनिक खर्चात वाढ झाली आहे.

१९) इतर कारणे :

वरील कारणांव्यतिरिक्त कर वसुलीसाठी करावा लागणारा मोठा खर्च, भ्रष्टाचार, सरकारकडून लोकांच्या वाढलेल्या अपेक्षा व त्यामुळे शिक्षण, आरोग्य वगैरेवरील खर्चात झालेली वाढ, आंतरराष्ट्रीय संबंधात वाहतूक व दळण-वळणातील प्रगतीमुळे झालेली वाढ या व यांसारख्या इतर कारणांमुळेही भारतातील सार्वजनिक खर्चात वाढ झालेली आहे.

४.५.२ सार्वजनिक कर्जाच्या बाबतीतील प्रवृत्ती :

सार्वजनिक कर्ज म्हणजे सरकारने उभारलेले कर्ज होय. केंद्र सरकार, राज्य सरकारे व स्थानिक सरकारे यांच्याकडून घेतल्या जाणाऱ्या कर्जाला 'सार्वजनिक कर्ज' असे म्हणतात. सार्वजनिक कर्ज हे देशातील व विदेशातील व्यक्ती व संस्थांकडून घेतले जाते. सार्वजनिक कर्ज हा सरकारच्या उत्पन्नाचा एक महत्त्वाचा स्त्रोत आहे. अलीकडील काळात सरकारच्या कार्याच्या व्याप्तीत वाढ झालेली आहे. त्यामुळे विविध देशांतील सार्वजनिक कर्जात वाढ झालेली आहे. सरकारने कमीतकमी कर्ज घ्यावे हा जुना दृष्टिकोन मागे पडला असून, मोठ्या प्रमाणावर वाढलेला सार्वजनिक खर्च भरून काढण्यासाठी सार्वजनिक कर्ज उभारणे आवश्यक झाले आहे.

अ) अंतर्गत कर्ज व बाह्य (परकीय किंवा विदेशी) कर्ज(Internatl and External Debt) :

सरकार देशातील व विदेशातील व्यक्ती व संस्थांकडून कर्ज उभारते. सार्वजनिक कर्जाचे अंतर्गत कर्ज व बाह्य किंवा परकीय कर्ज असे दोन प्रकार केले जातात. सरकार जेव्हा देशातील व्यक्ती, वित्तीय संस्था किंवा इतर संस्था यांच्याकडून कर्ज उभारते, तेव्हा त्यास 'अंतर्गत कर्ज' असे म्हणतात. बाह्य किंवा विदेशी किंवा परकीय कर्ज म्हणजे सरकारने विदेशातील सरकारे व आंतरराष्ट्रीय वित्तीय संस्था यांच्याकडून उभारलेले कर्ज होय.

डॉ. डाल्टन यांच्या मते, 'सार्वजनिक सत्ता स्वत:च्या नियंत्रणाखाली असलेल्या क्षेत्रातील व्यक्ती व संस्थांकडून जे कर्ज उभारते त्यास अंतर्गत कर्ज म्हणतात, तर या क्षेत्राबाहेरील व्यक्ती व संस्थांकडून मिळविलेले कर्ज म्हणजे बाह्य कर्ज होय.'

अंतर्गत कर्ज हे स्वदेशातील व्यक्ती व संस्थांकडून घेण्यात येते, तर परकीय कर्ज हे विदेशातील व्यक्ती व संस्थांकडून उभारले जाते. अंतर्गत कर्ज हे देशातील चलनात घेतले जाते, तर परकीय किंवा बाह्य कर्ज हे परकीय किंवा बाह्य चलनात घेतले जाते. अंतर्गत कर्जामुळे देशातील खरेदीशक्ती देशात राहते, तर बाह्य कर्जामुळे देशातील खरेदीशक्ती विदेशात जाते. अंतर्गत कर्जामुळे देशाच्या स्वातंत्र्यावर बंधने येत नाहीत. मात्र, बाह्य कर्जाच्या बाबतीत बंधने घातली जात असतात. अंतर्गत कर्ज हे स्वेच्छेने किंवा सक्तीने घेतले जाऊ शकते. मात्र, बाह्य कर्जाच्या बाबतीत सक्ती करता येत नाही. ते ऐच्छिकच असते. अंतर्गत कर्जाचा देशाच्या राष्ट्रीय उत्पन्नावर परिणाम होत नाही. मात्र, बाह्य कर्जाचा परिणाम होतो कारण स्वदेशातून खरेदीशक्ती विदेशात जाते.

ब) सार्वजनिक कर्जाच्या बाबतीतील अलीकडील काळातील प्रवृत्ती :

भारत सरकारने विविध स्त्रोतांकडून स्वातंत्र्योत्तर काळात अंतर्गत व बाह्य किंवा परकीय कर्ज उभारलेले आहे. सरकारने देशातील व्यक्ती, राष्ट्रीयीकृत बँका, युनिट ट्रस्ट ऑफ इंडिया, रिझर्व्ह बँक व विविध वित्तीय संस्था यांच्याकडून वेळोवेळी अंतर्गत कर्ज उभारलेले आहे. १९५०–५१ मध्ये अंतर्गत कर्ज व इतर देणे २,८३० कोटी रुपये होते.

भारत सरकारने परकीय कर्ज किंवा बाह्य कर्जही मोठ्या प्रमाणावर उभारले गेलेले दिसते. असे कर्ज विदेशातील नागरिक, जागतिक बँक, आंतरराष्ट्रीय नाणेनिधी, आशियाई विकास बँक, इतर आंतरराष्ट्रीय पातळीवरील संस्था तसेच अमेरिका, जपान, रशिया, इंग्लंड यांसारखे देश वगैरेंकडून मिळविले आहे. नियोजन काळात देशाचा आर्थिक विकास घडवून आणण्यासाठी मोठ्या प्रमाणावर परकीय कर्ज उभारण्यात आलेले आहे.१९५०–५१ मध्ये ३० कोटी रुपयांचे परकीय कर्ज घेतले होते.

सार्वजनिक कर्ज सातत्याने वाढत असल्याने त्याच्या कर्जफेडीसाठी व त्यावरील व्याजासाठी मोठ्या प्रमाणावर रक्कम द्यावी लागत असल्याने कर्जाचा भार वाढत आहे. अलीकडील काळात भारत सरकारच्या अंतर्गत व बाह्य कर्जात कशा प्रकारे बदल झाला हे तक्ता ४.४ मध्ये दर्शविले आहे.

तक्ता ४.४ : भारत सरकारचे सार्वजनिक कर्ज

(कोटी रुपये)

वर्ष	अंतर्गत कर्ज	बाह्य कर्ज	एकूण सार्वजनिक कर्ज
१९९०-९१	१,५४,००४	३१,५२५	१,८५,५२९
१९९१-९२	१,७२,७५०	३६,९४८	२,०९,६९८
१९९४-९५	२,६६,४६७	५०,९२८	३,१७,३९५
१९९५-९६	३,०७,८६८	५१,२४९	३,५९,११७
१९९६-९७	३,४४,४७५	५४,२३९	३,९८,७१४
१९९७-९८	३,८८,९९८	५५,३३२	४,४४,३३०
१९९८-९९	४,५९,६९६	५७,२५४	५,१६,९५०
१९९९-००	७,१४,२५४	५८,४३७	७,७२,६९१
२०००-०१	८,०३,६९८	६५,९४५	८,६९,६४३
२००१-०२	९,१३,०६१	७१,५४६	९,८४,६०७
२००२-०३	१०,३७,१६३	५७,६५०	१०,९४,८१३
२००३-०४	११,५८,६३९	६०,९३१	१२,१९,५७०
२००४-०५	१२,७५,९७१	६०,८७८	१३,३६,८४५
२००५-०६	१३,५५,९४३	६८,३९२	१४,२४,३३५
२००६-०७	१५,२२,०३०	७६,७१६	१५,९८,६४६
२००७-०८	१८,०८,३५९	१,१५,२९९	१९,२०,३९०
२००८-०९	२०,२८,५४९	१,१३,१९६	२१,५१,५९५
२००९-१०	२३,३७,६८२	२,०७,२५२	२४,७७,२६३
२०१०-११	२६,६७,११५	१,५७,६३९	२८,२४,७५४
२०१२-१३	३७,६४,५६६	१,७७,२८९	३९,४१,८५५
२०१६-१७	५७,४१,७०९	२,२८,२५८	५९,६९,९६७
२०२०-२१	९९,०८,३८०	३,८८,४७२	१,०२,९६,८५२
२०२१-२२*	१,१५,७६,४१४	४,२९,४०३	१,२०,०५,८१७
२०२२-२३**	१,३१,७०,९१९	४,६९,०३५	१,३६,३९,९५४

* सुधारित अंदाज ** अर्थसंकल्प अंदाज

स्त्रोत : १) Government of India, India 2011, P 349 and earlier issues.

२) Government of India Economic Survey 2022-23, Table 2.5 and earlier issues

तक्ता ५.४ मध्ये दिलेल्या माहितीवरून अलीकडील काळातील म्हणजेच १९९०-९१ पासूनच्या सार्वजनिक कर्जाच्या बाबतीत दिसून येणाऱ्या प्रवृत्ती पुढीलप्रमाणे आहेत.

१) अंतर्गत कर्ज :

अंतर्गत कर्जात १९९०-९१ ते २०२०-२१ या काळात मोठ्या प्रमाणात वाढ झालेली आहे. अंतर्गत कर्ज १९९०-९१ मध्ये १,५४,००४ कोटी रुपये, २०००-०१ मध्ये ८,०३,६९८ कोटी रुपये, २०१०-११ मध्ये २६,६७,११५ कोटी रुपये आणि २०२०-२१ मध्ये ९९,०८,३८० कोटी रुपये होते.

२) बाह्य कर्ज :

बाह्य कर्जात १९९०-९१ ते २०२०-२१ या काळात मोठ्या प्रमाणात वाढ झालेली आहे. बाह्य कर्ज १९९०-९१ मध्ये ३१,५२५ कोटी रुपये, २०००-०१ मध्ये ६५,९४५ कोटी रुपये, २०१०-११ मध्ये १,५७,६३९ कोटी रुपये आणि २०२०-२१ मध्ये ३,८८,४७२ कोटी रुपये होते.

३) एकूण सार्वजनिक कर्ज :

एकूण सार्वजनिक कर्जात १९९०-९१ ते २०२०-२१ या काळात मोठ्या प्रमाणात वाढ झालेली आहे. एकूण सार्वजनिक कर्ज १९९०-९१ मध्ये १,८५,५२९ कोटी रुपये, २०००-०१ मध्ये ८,६९,६४३ कोटी रुपये, २०१०-११ मध्ये २८,२४,७५४ कोटी रुपये आणि २०२०-२१ मध्ये १.०२,९६,८५२ कोटी रुपये होते. एकूण सार्वजनिक कर्जात बाह्य कर्जाचे प्रमाण १९९०-९१ मध्ये १६.९ टक्के होते ते २०२०-२१ मध्ये ते ३.७ टक्क्यांपर्यंत खाली आले आहे.

क) सार्वजनिक कर्जाच्या वाढीची कारणे :

अलीकडील काळात भारतातील सार्वजनिक कर्जात मोठ्या प्रमाणात वाढ होण्यास पुढील अनेक कारणे जबाबदार आहेत.

१) आर्थिक विकास :

नियोजन काळात आर्थिक व सामाजिक विकासाच्या बाबींवर मोठ्या प्रमाणावर खर्च करण्यात आला. मूलभूत व अवजड उद्योगांची उभारणी, जलसिंचन सुविधात वाढ, वाहतुकीत सुधारणा, आरोग्य व शिक्षणविषयक सुविधात वाढ या कारणांसाठी मोठ्या प्रमाणावर खर्च करण्यात आला. करांपासून मिळणाऱ्या उत्पन्नातून हा खर्च भागविणे शक्य न झाल्याने मोठ्या प्रमाणावर कर्ज उभारले गेले.

२) संरक्षण खर्चात वाढ :

स्वातंत्र्योत्तर काळात पाकिस्तान व चीनबरोबरील युद्धे, दहशतवादी कारवाया यामुळे संरक्षणावर मोठ्या प्रमाणावर खर्च करण्यात आला व येत आहे. शेजारील देशांबरोबरील तणावाच्या संबंधामुळे संरक्षण सिद्धता महत्त्वाची बनली आहे. तसेच शस्त्रास्त्रे व इतर संरक्षण साहित्य खरेदीसाठी मोठ्या प्रमाणावर खर्च करावा लागत आहे. त्यामुळे संरक्षण खर्चात वाढ होऊन सार्वजनिक कर्जातही वाढ होत आहे.

३) भाववाढीमुळे झालेली खर्चातील वाढ :

नियोजन काळात देशात सातत्याने वस्तूंच्या किमतीत वाढ होत आहे. मोठ्या प्रमाणावरील भाववाढीमुळे सार्वजनिक क्षेत्रातील प्रकल्प व विविध योजनांवरील खर्च वाढत आहे. हा खर्च भरून काढण्यासाठी मोठ्या प्रमाणावर कर्ज उभारण्यात आले आहे.

४) कर्जावरील व्याजात वाढ :

नियोजन काळात सार्वजनिक कर्जात मोठ्या प्रमाणावर वाढ झाली आहे व त्याचबरोबर या कर्जावरील व्याजाच्या रकमेतही वाढ होत आहे. त्यामुळे कर्जफेडीसाठी व कर्जावरील व्याजाच्या रकमेची परतफेड करण्यासाठी कर्ज काढावे लागत असल्याने सार्वजनिक कर्जात मोठ्या प्रमाणावर वाढ झाली आहे.

५) नैसर्गिक व मानवी संकटे :

देशात नियोजन काळात युद्धासारख्या संकटांबरोबरच देशातील कोणत्या न कोणत्यातरी भागात सातत्याने पडणारे दुष्काळ, महापूर यांसारख्या संकटाचा मुकाबला करण्यासाठी सरकारला वेळोवेळी मोठ्या प्रमाणावर खर्च करावा लागलेला आहे. हा खर्च भरून काढण्यासाठी कर्जही मोठ्या प्रमाणावर उभारावे लागलेले दिसते.

६) सरकारी नोकरांच्या वेतनावरील वाढता खर्च :

नियोजन काळात सार्वजनिक क्षेत्राची व्याप्ती मोठ्या प्रमाणावर वाढली. त्याचबरोबर सार्वजनिक क्षेत्रात मोठ्या संख्येने नोकरभरतीही करण्यात आली. नोकरदारांच्या वेतनावरील खर्च सातत्याने वाढत गेल्याने सार्वजनिक कर्ज उभारणे सरकारला भाग पडले.

७) सरकारकडून होणारी पैशाची उधळपट्टी :

सार्वजनिक कर्जात वाढ होण्यास सरकारकडून होणारी पैशाची उधळपट्टीही जबाबदार आहे. सरकारी मंत्री, महामंडळाचे अध्यक्ष, बडे अधिकारी यांच्या राहण्यासाठी बंगले, वापरल्या जाणाऱ्या गाड्या, सुरक्षाव्यवस्था यावर प्रचंड पैसा खर्च होत आहे. त्यामुळे खर्च वाढून कर्जातही वाढ झालेली आहे.

८) लोककल्याणकारी योजनांवरील खर्चात वाढ :

स्वातंत्र्योत्तर काळात सरकारने देशातील गरीब, दुर्बल, मागासलेल्या घटकांसाठी अनेक रोजगारविषयक योजना सुरू केल्या. ग्रामीण विकासासाठी विविध योजना सुरू करून त्या राबविल्या जात आहेत. लोककल्याणकारी योजनावरील खर्चात वाढ झाल्याने सार्वजनिक कर्जात वाढ झालेली दिसते.

९) सामाजिक सोयी–सुविधांची उपलब्धता :

समाजातील लोकांचे जास्तीतजास्त कल्याण साधले जावे, यासाठी सरकारकडून मोठ्या प्रमाणावर सोयी–सुविधा पुरविल्या जात आहेत. आरोग्यविषयक सुविधा, मोफत शिक्षण, सामाजिक सुरक्षा योजना, अपघात विमा यासारख्या बाबींवरील खर्च वाढल्याने सरकारच्या खर्चात व सार्वजनिक कर्जात वाढ झाली आहे.

१०) इतर कारणे :

वरील कारणांव्यतिरिक्त इतरही अनेक कारणे भारतातील सार्वजनिक कर्ज वाढण्यास जबाबदार आहेत. यात वाढती आयात, शासकीय पातळीवरील भ्रष्टाचार, अनिवासी भारतीयांची गुंतवणूक, रुपयांचे अवमूल्यन वगैरे कारणांचा समावेश होतो.

अशा विविध कारणांमुळे भारतातील सार्वजनिक खर्चात नियोजन काळात सातत्याने वाढ झालेली दिसते.

प्रश्न

प्र. १. खालील प्रश्नांची वीस शब्दात उत्तरे लिहा.

१) प्रत्यक्ष कर म्हणजे काय ?

२) प्रत्यक्ष कराचे कोणतेही दोन गुण लिहा.

३) प्रत्यक्ष कराचे कोणतेही दोन दोष लिहा.

४) अप्रत्यक्ष कर म्हणजे काय ?

५) अप्रत्यक्ष कराचे कोणतेही दोन गुण लिहा.

६) अप्रत्यक्ष कराचे कोणतेही दोन दोष लिहा.

७) जीएसटी (GST) म्हणजे काय ?

८) अर्थसंकल्प म्हणजे काय ?

९) समतोल अर्थसंकल्प म्हणजे काय ?

१०) लिंगभाव अर्थसंकल्प म्हणजे काय ?

११) लिंगभाव अर्थसंकल्पाची कोणतीही दोन उद्दिष्टे लिहा.

१२) सार्वजनिक खर्च म्हणजे काय ?

१३) सार्वजनिक कर्ज म्हणजे काय ?

प्र. २. खालील प्रश्नांची सविस्तर उत्तरे लिहा.

१) भारतीय कर व्यवस्थेची रचना स्पष्ट करा.

२) प्रत्यक्ष कर म्हणजे काय ? प्रत्यक्ष कराचे गुण आणि दोष स्पष्ट करा.

३) अप्रत्यक्ष कर म्हणजे काय ? अप्रत्यक्ष कराचे गुण आणि दोष स्पष्ट करा.

४) भारतातील प्रत्यक्ष आणि अप्रत्यक्ष कर सुधारणा स्पष्ट करा.

५) जीएसटी (GST) आणि जीएसटी मध्ये केंद्र आणि राज्याचा वाटा स्पष्ट करा.

६) अर्थसंकल्प म्हणजे काय ? अर्थसंकल्पाचे घटक स्पष्ट करा.

७) अर्थसंकल्पाचे आर्थिक वर्गीकरण स्पष्ट करा.

८) समतोल अर्थसंकल्प गुणक स्पष्ट करा.

९) लिंगभाव अर्थसंकल्प म्हणजे काय ? लिंगभाव अर्थसंकल्पाची उद्दिष्टे स्पष्ट करा.

१०) भारतातील सार्वजनिक खर्चाच्या प्रवृत्ती स्पष्ट करा.

११) भारतातील सार्वजनिक कर्जाच्या प्रवृत्ती स्पष्ट करा.

* * *

संदर्भ सूची

- Agarwal, A.N. (2004) Indian Economy Problems of Development and Planning, Wishwa Prakashan, New Delhi.
- Bhatia H.L. - (1998) Public Finance : Vikas Publishing House Pvt. Ltd., New Delhi.
- Datt. R and K.P.M. Sundharam (2014) : Indian Economy, S. Chand and Company Ltd., New Delhi.
- Dewett, K.K., Varma, J.D. and M.L. Sharma (2002), Indian Economics, S. Chand and Company Ltd., New Delhi.
- Dhar, P.K. (2002), Indian Economy. Its Growing Dimensions, Kalyani Publishers, New Delhi.
- Gupta Alka - (2001) Public Finance and Tax Planning : Anmol Publications Pvt. Ltd., New Delhi.
- Jingan M.L. - (2004) Money, Banking, International Trade and Public Finance : Vrinda Publication (P) Ltd., Delhi.
- Kapila, Uma (Ed.) (2002), Indian Economy Since Independence, Academic Foundation, New Delhi.
- Misra, S.K. and V.K. Puri (1997), Problems of Indian Economy, Himalaya Publishing House, Mumbai.
- Misra, S.K. and V.K. Puri (2014) Indian Economy, Himalaya Publishing House, Mumbai.
- Mithani, D.M. (2001), Money, Banking, International Trade And Public Finance, Himalaya Publishing House, Mumbai.
- Tyagi B.P. Public Finance : M/s. Jai Prakash Nath Publications, Meerut.
- Government of India, India (2015), Publication Division, Ministry of Information and Broadcasting, New Delhi.
- Government of India Economic Survey 2015-16.
- Reserve Bank of India Annual Report 2014-15.
- Government of India, Union Budget 2015-16.
- Dewett (2008), Modern Economic Theory : Shyam Lal Charitable Trust, Ram Nagar, New Delhi.
- Samuelson Paul A. and William D. Nordhaus - (1995) :
  Economics : Mc Graw-Hill, Inc. New York.
- Ahuja H.L. (2004) : Modern Economics : S. Chand & Company Ltd., New Delhi.
- Seth, M.L. (2002), Monetary Economics, Lakshmi Narayan Agarwal Educational Publishers, Agra.
- Supriyo De (Jan. 2012) Eassy on Fiscal Policy in India : Trends and Traject .
- Vaish M.C. (2002) : Macro Economic Theory : Vikas Publishing House Pvt. Ltd., New Delhi.
- Musgrave R. A. and Musgrave P. B. (2004): Public Finance in Theory and Practice : Tata Mc Graw - teill Publishing Company Limited., New Delhi.
- अर्थशास्त्र परिभाषा कोश (१९८७), भाषा संचालनालय, महाराष्ट्र शासन, मुंबई.
- रसाळ राजेंद्र अ. (२०१५) भारतीय अर्थव्यवस्था : सक्सेस पब्लिकेशन्स, पुणे, पाचवी आवृत्ती.

NOTES

www.ingramcontent.com/pod-product-compliance
Lightning Source LLC
LaVergne TN
LVHW082044051026
849532LV00011B/3472
9788119939930